Hadithi za Kikwetu

Kachuma na Polisi Wezi

Hadithi za Kikwetu

1. Kuku na Mwewe — Nyambura Mpesha
2. Jua na Upepo — Anne Matindi
3. Kido — Halima Njirainey
4. Majuto ni Mjukuu — P.M. Kareithi
5. Kishu Kazi — Jay Kitsao
6. Bonde la Wafu — Akberali Manji
7. Mlima Kenya Kajifungua — Njiru Kimunyi
8. Nyani Mdogo — Nyambura Mpesha
9. Safari ya Kombamwiko — Emmanuel Kariuki
10. Chura Mcheza Ngoma — Rebecca Nandwa
11. Mkasa wa Shujaa Liyongo — Bitugi Matundura
12. Mtoto Aliyetoweka — Akberali Manji
13. Tajiri Mjanja — Leo Odera Omolo
14. Mfalme na Majitu — Leo Odera Omolo
15. Shamba la Wanyama — F. K. Kawegere
16. Kaburi Bila Msalaba — P. M. Kareithi
17. Hadithi Teule — Sun Bao Hua
18. Mfalme Chui Mkatili — Rebecca Nandwa
19. Ngiri Mganga — Emmanuel Kariuki
20. Karamu Binguni — Njiru Kimunyi

na vinginevyo ... vinginevyo vingi

Kachuma na Polisi Wezi

Patrick Ngugi

 **PHOENIX PUBLISHERS, NAIROBI**

Kimetolewa mara ya kwanza mnamo 2002 na
Phoenix Publishers Ltd.,
Mellow Heights,
S.L.P. 30474-00100,
Nairobi, Kenya.

© Maandishi: Patrick Ngugi, 2002
© Michoro: Phoenix Publishers Ltd., 2002

ISBN 9966 47 229 0

Kimenakiliwa mnamo 2005, 2006, 2007, 2008, 2011, 2012, 2016, 2018

Kimepigwa chapa na
Ramco Printing Works Ltd.,
S.L.P. 27750 – 00506,
Nairobi, Kenya.

Yaliyomo

1. Kachuma Afukuziwa Karo...................... 7
2. Kachuma Apiga Ripoti............................ 16
3. Vita Vikali Msituni................................... 26
4. Kachuma Ashikwa Mateka 34
5. Shilingi Milioni Kumi! 42
6. Polisi Mwizi Huripotiwa Wapi? 48
7. "Wewe Kachuma Kweli!"....................... 53
8. "Mtaenda Kuelezea Mbele!" 60
9. "Nataka Urudi Shule Leo" 67
10. Machozi ya Furaha................................. 75

1

Kachuma Afukuziwa Karo

Ilikuwa asubuhi saa mbili kamili katika shule ya msingi ya Toredi.

Wanafunzi walikuwa wameingia madarasani mwao wakingojea mwalimu. Kama kawaida wengi walipiga kelele na kufanya utundu hapa na pale, ilhali wengine walikaa kwa utulivu, wakifungua vitabu vyao tayari kuanza kusoma.

Mmoja wa wasiopendelea utundu alikuwa Nicky Kachuma, kijana wa miaka kumi na miwili aliyekuwa darasa la saba. Kachuma alifungua kitabu cha hesabu na kuweka kalamu yake kando ya kitabu, akijiandaa kuanza somo alilolipenda. Lakini moyo ulikuwa unamwenda kasi. Alihofia kuwa kama mwalimu Kamundu hasingesahau, wale ambao walikuwa hawajalipa karo wangefukuzwa leo. Yeye alikuwa mmoja wao.

Kachuma alitoka jamaa maskini katika kijiji cha Temeke, kama kilomita tatu hivi nje ya mji wa Toredi. Alikuwa mwana wa pekee wa familia ya mzee Kachuma, ambaye alikuwa akifanya kazi kama tarishi katika mji mkuu wa Robinia. Kwa sababu ya ufukara Baba Kachuma alikuwa mara kwa mara akichelewa kumlipia karo. Jambo hili lilimhuzunisha Kachuma kwa sababu alipenda masomo sana.

Juma lililopita mwalimu mkuu Benito Kijogoo alikuwa ameamrisha kwamba yeyote ambaye angekuwa hajalipa karo kufikia leo angefukuzwa arudi nyumbani.

Ghafla mwalimu wao wa darasa, Jack Kamundu, aliingia na watoto wote wakanyamaza kimya na kusimama.

"Shikamoo mwalimu?" wanafunzi wote kama ilivyokuwa desturi katika shule ya Toredi walimwamkua mwalimu.

"Marahaba, wanafunzi. Hamjambo?"

"Hatujambo mwalimu" wanafunzi walijibu.

"Haya ketini" mwalimu aliwaambia, yeye pia akiketi.

Kama ilivyokuwa kawaida mwalimu aliita rejista ili kuhakikisha kila mwanafunzi alikuwa darasani. Kabla ya kuanza kufundisha, aliwageukia wanafunzi na kuuliza, "Ni wangapi hadi sasa hawajalipa karo?"

Kachuma alijihisi moyo ukianza kumdunda tena. Aliangaza macho darasani na kuona wenzake kama sita hivi wakiinua mkono. Yeye pia aliinua wake.

"Mliambiwa kama hamjaleta karo leo mtaenda nyumbani, sivyo?"

"Ndio mwalimu," wote walijibu kwa pamoja.

"Kwa hivyo, bila neno lingine tafadhalini tokeni na vitabu vyenu. Nendeni nyumbani, na msirudi hadi mtakapoleta karo."

Kati ya watoto ambao walikuwa hawajalipa karo walikuwa Johana Kitundu na Yahya Manoki. Ingawa walikuwa marafiki wa Kachuma, yeye hakuipenda mienendo yao. Kawaida ya Manoki na Kitundu ilikuwa ni kufurahia kila wakati wakifukuzwa shuleni. Walikuwa wakifurahia michezo isiyo na adabu barabarani, na hata kuna wakati walipopitia sokoni na kuiba matunda ya wachuuzi.

Alipokuwa akiuchukua mkoba wake ili atoke, Kachuma aliwaona Kitundu na Manoki wakitabasamu maana walifurahia kufukuzwa kwao. Lakini Kachuma hakufurahi, na kila mara alikuwa akimwomba Mungu awasaidie wazazi wake wasishindwe kumlipia karo.

Kachuma ndiye aliyekuwa wa mwisho kutoka darasani, maana wenzake wote walikuwa wametoka haraka haraka. Mara alipoufikia mlango alimsikia mwalimu Kamundu akimwita.

"Kachuma, hebu ngoja kidogo."

Kachuma alisita mlangoni.

"Babako hajatuma pesa bado?" Mwalimu Kamundu alimuuliza.

"La. Alisema labda wiki hii lakini bado."

"Kachuma, najua wewe una bidii kwa masomo, si kama wenzako akina Kitundu. Wewe nitakupa siku moja zaidi. Kesho jaribu kuja na karo, hata kama ni nusu. Wasikia?"

"Ndio," Kachuma alijibu, huku moyo wake ukimdunda kwa furaha.

"Basi rudi ukae."

Kachuma alirudi kwa dawati lake, huku akiwaza vile akitoka shule angewauza kuku na sungura aliokuwa akiwafuga, angaa apate kiwango fulani cha karo yake.

"Haya wanafunzi, fungueni vitabu vyenu vya hesabu katika kurasa 25," mwalimu Kamundu alianza, huku akichukua chaki na kuelekea ubaoni.

Lakini kabla hajaanza kufundisha somo la siku hiyo, mwalimu mkuu Benito Kijogoo aliingia darasani.

Kwa heshima watoto walisimama na kumwamkua. Alijibu na kuwaambia waketi.

Baada ya kuzungumza kidogo na mwalimu Kamundu, Benito Kijogoo aligeuka na kumwita Kachuma.

"Kachuma bado hujalipa karo, sivyo?"

"Ndio mwalimu" Kachuma alijibu, huku akimwangalia mwalimu Kamundu.

"Nilitoa amri kwamba lazima wanafunzi ambao hawajalipa karo waende nyumbani. Kwa vile wenzako wameshaenda, sioni sababu ya wewe kubaki. Kwa hivyo, chukua vitabu vyako na uende. Usirudi bila karo, wanielewa?" Kulikuwa na ukali katika sauti ya mwalimu mkuu. Ulitokana na tabia ya wanafunzi wengine kujificha na kurudi darasani walipofukuzwa.

"Ndio mwalimu," Kachuma alisema, huku machozi yakianza kumdondoka. Alimwangalia mwalimu Kamundu akitumainia msaada, lakini mwalimu Kamundu hakuweza kumtetea. Alikifunga kitabu chake cha hesabu na kukitia mkobani. Kisha alichukua vilivyokuwa ndani ya dawati na kutoka polepole, huku wanafunzi wenzake na mwalimu Kamundu wakimwangalia kwa huruma.

Alipotoka nje, alimwona mwalimu mkuu akitembea na kuingia darasa lingine, bila shaka kuhakikisha kuwa waliokuwa na madeni wameenda nyumbani.

Moyoni Kachuma alikuwa na majonzi. Hakujua angelazimika kukaa nyumbani kwa muda gani. Alipofika uani mwa shule alipatwa na wazo la ghafla.

Akifika nyumbani angewauza wale sungura na kuku wake ili apate karo kama babake alikuwa hajatuma chochote.

"We Kachuma! Si twende tutembee sokoni?" alishtukia sauti ya Kitundu ikimwambia. Yeye na Manoki walikuwa bado wanachezacheza pale langoni kuu la shule.

"La hasha. Ninyi nendeni; mimi nitaenda nyumbani," aliwaambia huku akiwaacha pale.

"Waenda nyumbani kufanya nini saa hizi, kwani wewe waenda kupika?" Manoki alimuuliza huku akicheka. Kitundu naye alidakia kwa cheko la dharau.

Kachuma hakuwatilia maanani. Alishika njia kuelekea nyumbani.

Njia ya kwenda kwao nyumbani ilipitia katikati mwa mji wa Toredi, na wakati mwingi ilimbidi apitie mjini. Alitembea kwa mwendo taratibu, huku akiyatazama madirisha ya maduka ambayo yalikuwa yamerembeshwa na bidhaa tofauti tofauti zilizokuwa zikiuzwa.

Alipolikaribia jengo la Benki Kuu aliliona gari la benki likiwa limesimama hapo nje, likiwa limezingirwa na askari walinzi kama sita. Mara wenzao wawili walitokezea kutoka ndani ya Benki, huku wamebeba mifuko miwili ya fedha walioipakia ndani ya gari hilo. Askari walinzi waliruka ndani. Mara gari liliondoshwa kwa fujo, huku magurudumu yake yakiikwaruza lami kwa sauti.

Kachuma alivuka barabara ili kuendelea na safari yake. Kabla hajaenda mbali alimwona mzee mmoja rafiki ya babake, ambaye pia alikuwa jirani ya babake mjini Robinia. Jina lake lilikuwa Baba Shoti. Alisimama na kumuuliza kwa nini hakuwa shuleni.

"Nimefukuziwa karo," Kachuma alijibu.

"Ah, pole sana. Hivi sasa narudi mjini Robinia. Nitamwambia babako atume fedha, sawa?" Baba Shoti alimwambia.

"Ndio, Baba Shoti. Msalimie," Kachuma alijibu.

"Haya. Pia wewe msalimie mama."

Kachuma aliendelea na safari ya kwenda nyumbani. Sasa alikuwa ukingoni mwa mji wa Toredi. Njia ya kwenda jijini mwao, Temeke, iliachana na barabara na kupitia sehemu ya kichaka iliyokuwa na mwinuko kidogo, ambao ulimwezesha kuona barabara ikiwa chini bondeni. Alitembea polepole, huku mawazo yake yakiwa juu ya jinsi angelivyomshawishi mamake wauze kuku na sungura waliokuwa pale nyumbani ili arudi shule.

Alipofika juu ya muinuko aliliona gari aina ya *Pajero* likiwa limeegezwa kando ya barabara iliyokuwa sasa chini yake. Nje ya gari kulikuwa na watu wanne, ilhali ndani yake, katika kiti cha dereva, palikuwa na mmoja.

Kilichomshtusha Kachuma ni kuwa watu wale wanne walikuwa wamezifunika nyuso zao na aina ya fulana nyeusi, ilioacha matundu ya macho na pua pekee. Kila mmoja wao vilevile alikuwa ameshika bunduki.

Moyo ulianza kumwenda mbio Kachuma. Aliinama na kujificha nyuma ya kichaka, huku moyo wake ukimdunda. Je, hawa watu walikuwa wanataka nini?

Hakuwa na shaka walikuwa ni majangili. Walikuwa wana mpango gani?

Alipoangalia upande wa pili, Kachuma aliliona gari lile la benki aliloliacha huku likiwa linakuja kutoka upande wa sokoni. Dereva wa gari hilo hangeweza kuwaona wale majambazi kwa sababu ya mbeto wa barabara. Lakini mara alipokata kona tu, aliwaona na kukanyaga breki ghafula.

Pumzi lilimkwama Kachuma kooni. Macho yote aliwakodolea magaidi wale. Dereva wa gari la Benki alijaribu kulipindua lakini mwendo gari lake hakuwahi. Mlio wa mabunduki ulijaa hewani huku magaidi yakilifyatulia lile gari risasi na kuvunja kioo cha mbele. Zingine zililenga magurudumu. Dereva wa gari la Benki alijaribu kulitorosha, lakini kwa vile magurudumu yalikuwa yametobolewa lilishindwa mwendo na ikabidi alisimamishe.

Wale majangili walilizingira lile gari na mmoja wao kuwaamuru askari waliokuwa ndani watoke wakiwa wameinua mikono. Kwa muda walijaribu kung'ang'ana. Risasi zililia tena, huku jangili mmoja akiwavamia askari kwa rungu kubwa. Mwishowe askari walizidiwa nguvu, wengine wao wakiwa wameumizwa katika mapambano. Iliwabidi kusalimu amri.

Mmoja mmoja walilazimishwa kulala chini, wakichechemaa kutokana na mapigo waliyopata, huku mikono wameiinua.

Jangili mmoja mrefu na mzito, ambaye alikuwa akitoa amri, alimlazimisha jangili mmoja awafunge askari hao kwa kamba.

Baada ya kuwafunga kamba mikono na miguu vilivyo, wale majangili walitoa vitambaa vyeusi na kuanza kuwafunga wale mateka wao macho. Kisha walilivamia gari lenyewe na kuilipua kufuli ya mlango uliokuwa umefungia fedha. Ndani walitoa mikoba miwili mizito iliyokuwa na fedha zisizojulikana kiasi chake....

Kwa sasa Kachuma alikuwa ameduwaa asijue la kufanya. Ghafla alishtushwa na mlio mwingine wa bunduki na mlipuko karibu naye. Mmoja wa majambazi alikuwa amemwona na alikuwa akijaribu kumlenga risasi. Mlio mwingine ulipasua hewa. Kachuma alijiangusha na kulala chini kichakani.

Yule jambazi aliendelea kumfyatulia risasi kadhaa za kumshtua lakini wenzake wakamvuta na kumsukuma ndani ya gari. Mara liliondoka na kutokomea spidi kuelekea nje ya mji. Kachuma alisimama tena na kuichukua nambari ya gari hilo, KAAW 7006M.

2

Kachuma Apiga Ripoti

Kachuma aliliangalia lile gari la majambazi likitokomea na kubaki pale akiwa ameduwaa kwa muda wa dakika kama tano hivi, kabla fahamu hazijamrudia.

Lile gari la Benki lilikuwa bado limesimama pale pale, likiwa limeinama kwa sababu magurudumu yake ya mbele yalikuwa yametobolewa na risasi za rasharasha zilizokuwa zimefyatuliwa na wale majangili.

Wale askari waliokuwa wamefungwa kamba walikuwa bado hapo kando ya barabara wakijaribu kujifungua, lakini ilikuwa kazi ngumu, kwa sababu pia walikuwa wamefungwa macho.

Kachuma alikuwa ameziona risasi zikifyatuliwa. Alikuwa vilevile ameshuhudia majangili wakifanya kazi ya kuua na kuiba fedha. Lakini hiyo ilikuwa katika sinema zilizokuwa zikiletwa jijini mwao Temeke na gari la sinema za matangazo ya biashara, ama wakati alipobahatika kuviona visa kama hivyo katika runinga alipowatembelea marafiki zake waliokuwa na runinga nyumbani kwao.

Lakini hii ilikuwa mara yake ya kwanza kushuhudia wizi na uvamizi kama huu mchana kinagaubaga.

Huku mshtuko ukiwa bado haujamtoka kabisa, Kachuma alisimama na kujipangusa vumbi na vipande vya majani vilivyokuwa vimegandamana na nguo zake za shule.

Alikaa ange kwa nukta kadhaa, macho yake yakichunguza barabarani. Fahamu zilipomrudia alitoka pale kichakani na kutimua mbio ambazo hajazikata tangu kuzaliwa. Ni sasa tu ambapo kiasi cha hatari aliyokuwa ameichungulia machoni kilimtua akilini.

Alikimbia kama mwendawazimu, akiruka visiki na vichaka hadi kufika barabarani alipoupunguza mwendo. Polepole alilikaribia lile gari la benki. Wale askari walikuwa wakijinyongoanyongoa huku wakiguna wakiwa wanang'ang'ana na kamba.

Mmoja wao alikisikia kishindo cha Kachuma akiwasili mahali pale. "Nani wewe," aliuliza kwa sauti iliyojaa wasiwasi. "Nani yuko hapo?"

Kwanza Kachuma alisita.

"Ni nani wewe?" askari mwingine aliuliza. Hapo ndipo Kachuma alipogundua ya kwamba walikuwa hawamwoni kwa sababu ya kufumbwa macho.

"Ni mimi, naitwa Kachuma," aliwajibu.

"Wewe ni nani? Unafanya nini hapa?" mwingine akauliza.

"Mimi ni mwanafunzi. Nilikuwa nikipita nikaona yaliyotokea," alisema Kachuma, huku wasiwasi ukimwishia.

"Hebu tusaidie kufungua kamba hizi na vitambaa hivi machoni," askari alimwambia.

Kachuma alianza kung'ang'ana na vitambaa hivyo, akimfungua mmoja mmoja hadi akawafungua askari wote wanne. Walikuwa na majeraha katika sehemu mbalimbali. Wawili wao walikuwa wamevunjwa miguu.

"Hebu jaribu kunifungua mikono," askari mmoja aliyeonekana kama aliyevunjika mbavu alimwomba.

Kamba ilikuwa imekazwa vilivyo na ilichukua dakika kadhaa. Kachuma alipofanikiwa, yule askari alianza kujifungua miguu huku akiwa na maumivu mengi akamuuliza "Kijana, unaishi wapi?"

"Si mbali na hapa, upande ule juu kidogo," Kachuma alijibu.

"Sikiza kwa makini kijana. Wale majangili wametuumiza kweli. Utatusaidia kupata msaada. Kimbia hadi mjini uripoti kwa polisi uliyoyaona. Nitakuwa nikijaribu kuwafungua wenzangu. Umeelewa?"

"Ndio, nimeelewa," Kachuma alisema na kuanza mbio kuelekea mjini huku huyo askari akianza kuwafungua kamba wenzake.

Kachuma alichomoka na kurudi barabarani. Aliomba angaa apate lifti ili awafikie polisi upesi. Kwa bahati mbaya barabara hiyo ilikuwa haipiti magari mengi na ilimbidi atimke mbio kuelekea mjini Toredi.

Alikimbia hizo kilomita mbili kama mtu aliyekuwa anakimbizwa na pepo. Zilikuwa mbio za swara na viatu vyake vilivyoraruka kwenye vidole vilizidi kuingiza vumbi huku jasho likimtiririka usoni.

Alipoifikia safu ya kwanza ya maduka ya biashara mjini Toredi alifurahi kumwona Antony Barasa, rafiki yake mwendesha baiskeli za kukodiwa zilizojulikana kama *bodaboda*. Alikuwa na wenzake kama kumi hivi, kila mmoja na baiskeli yake, wakiwa katika harakati za kuwavutia wateja pale sokoni. Kachuma alisimama huku akihema.

"Ala, nini Kachuma?" Barasa alimuuliza. "Mbona wakimbia hivi? Wafukuzwa na nini?"

"Ah... majangili..." Kachuma alijibu huku bado yuahema.

"Eti nini?" aliuliza Barasa, huku waendeshaji *bodaboda* wenzake wakisogea karibu kusikiza alikuwa na jambo gani la muhimu kuwaambia.

"Majangili wamevamia gari la benki..." alisema huku akiupunga mkono wake kuelekea alikokuwa akitoka.

"Eti nini?"

"Majangili..." Kachuma alisema tena.

"Wasemaje wee kijana?" Barasa na wenzake waliuliza kama ambao hawakuamini.

Kachuma, huku kuhema kwake kukitulia, aliwaeleza kisa chote kwa ufupi. Wale *mabodaboda* wote waliamua kudandia baiskeli zao na kufululiza hadi mahali pa kisanga kubaini ukweli. Barasa vilevile alitaka kwenda, lakini Kachuma akamwomba amsaidie wapeleke ripoti kwa polisi.

"Una hakika hayo yametendeka?" Barasa aliendelea kumdadisi. "Si unajua kupiga ripoti za uwongo kwa polisi ni hatia?"

"Nimeyashuhudia haya kwa macho yangu mwenyewe.... Twende turipoti angaa majangili hao watiwe mbaroni kabla hawajaenda bali," Kachuma akasema.

Huku *mabodaboda* wale wengine wakirukia baiskeli zao na kwenda kasi wakitifua vumbi kuelekea mahali palipokuwa na gari la benki, Kachuma na rafiki yake Barasa walipanda yao na kuelekea kituo cha polisi.

Walifika kituo kikuu cha polisi cha Toredi na Barasa akaisimamisha baiskeli mahali pa kuegesha magari. Wote wawili walitembea haraka haraka kuelekea chumba cha kuripotia uhalifu.

Afisi yenyewe ilikuwa imejaa watu wa aina mbalimbali ambao labda walikuwa wamekuja kupiga ripoti za uhalifu ama walikuwa wamekuja kuwaona mahabusu ambao walikuwa korokoro za polisi.

Palikuwa na watu kama watano hivi mbele ya meza ya kupigia ripoti. Mmoja alisikika akiwaambia maofisa jinsi jirani yake alivyomchomea nyumba baada ya ugomvi. Mwingine alikuwa mzee wa makamo mwenye mvi, aliyevalia vesti pekee na kujifunga leso kiunoni. Mkononi alikuwa na plasta. Alikuwa akitaka fomu ya *P3* ili aweze kumshtaki mpangaji wa nyumba yake aliyempiga mkono kwa chuma wakati alipokuwa akidai kodi.

Lakini kutokana na kishindo ambacho Barasa na Kachuma waliingia nacho, kila mmoja katika chumba hicho aliacha alichokuwa akifanya na kuwakodolea macho hawa wawili - mwendeshaji *bodaboda* wa mjini na mtoto wa shule.

"Ala! Kuna nini?" Konstebo Sambuli, aliyekuwa akiyashughulikia malalamishi, alimuuliza Barasa.

Konstebo Sambuli, askari mnene mwenye masharubu mengi, walijuana na Barasa siku nyingi. Wakati mwingine alikuwa mteja wa Barasa, hasa alipokuwa na haraka na alihitaji kutumia *bodaboda.*

"Ah Konstebo, kuna wizi wa mabavu umetokea. Barasa alianza kueleza.

"Wapi tena?" aliuliza Konstebo Sambuli, akiyaangaza macho yake kwa mshangao.

"Huko Bondeni. Majangili wamevamia gari la benki na kutoroka na fedha zote. Nimeletewa habari hizi na huyu kijana mdogo wa shule...."

Sambuli alionyesha mshangao zaidi na kuiegemea kaunta. Alimwangalia Kachuma kwa makini. Watu wote waliokuwa pale wakasimama kando, wakiwa kimya, wengine wakinong'onezana huku macho yao wote yakimwangalia Kachuma.

"Ati nini wewe mtoto?" Konstebo aliuliza, wakati huu kwa dhihaka, kama ambaye alikuwa hayaamini maneno aliyoelezwa.

Huku macho ya umati yakizidi kumlenga, Kachuma alibidika kueleza kwa kifupi aliyoyashuhudia.

Alipomaliza, Konstebo Sambuli alisimama na kumwagiza konstebo mwenzake aendelee kuchukua ripoti. Aliizunguka kaunta na kuja upande wa pili. Alimshika Kachuma mkono halafu akamwangalia Barasa.

"Hebu twende kwa mkubwa mumueleze vizuri. Haya ni makubwa..." alisema halafu akawaelekeza chumba cha pili.

Aliwaongoza hadi kwenye mlango uliokuwa na kibao kilichoandikwa "Spekta Mkuu". Aligonga na bila kungoja ajibiwe akaingia huku akimvuta mkono Kachuma, naye

Barasa akiwafuata kwa nyuma.

Pale afisini palikuwa na pandikizi la mtu lilikokuwa limeketi nyuma ya meza ambayo ilikuwa imejaa mastakabadhi na mafaili. Mbele yake mezani palikuwa na ubao uliokuwa umeandikwa "Spekta Mkuu Yohana Upande". Bila kuambiwa Kachuma akajua huyu ndiye askari mkuu wa kituo hicho.

Spekta Upande aliwaangalia kwa mshtuko na kuuliza kwa ukali, "Kuna nini Konstebo? Mbona mnanivamia bila hata kubisha...?

"Samahani Afande, tumebisha labda hukutusikia. Lakini tuna habari muhimu ambazo haziwezi kungojea."

"Habari gani hizo?" Spekta Upande aliuliza huku akiisukuma kalamu yake na daftari aliyokuwa akiandikia kando.

"Huyu kijana," Konstebo Sambuli alisema akimpungia mkono Kachuma, "ameushuhudia wizi wa mabavu. Wezi waliokuwa na bunduki za rasharasha wamevamia gari la benki na kutoweka na fedha zilizokuwa zikisafirishwa mji mkuu...."

"Eti nini?! Yametokea saa ngapi haya?" Spekta Upande aliuliza kwa mshangao.

Kachuma, kwa mara nyingine, alihitajika kuyaeleza aliyokuwa ameyaona.

Huu ulikuwa ni kama wimbo sasa. Alikuwa ameanza kuchoka kurudiarudia mambo ya kutisha aliyokuwa ameyashuhudia huko Bondeni, lakini ilikuwa ni lazima amueleze Spekta Upande.

Mara baada ya kumaliza kuhadithia, mlango ulibishwa na Spekta Upande akatoa idhini ya kuingia.

Mlango ulifunguliwa na konstebo aliyekuwa ameachwa katika chumba cha kuripoti aliingia na kupiga saluti. Nyuma yake palikuwa na mtu mwingine ambaye Kachuma alimtambua kama *bodaboda*.

"Sema Konstebo Juma, kuna nini?"

"Afande, huyu jamaa ametoka mahali mashambulizi ambayo umeelezwa yalitokea. Anadhibitisha kwamba gari la benki kweli lilivamiwa. Hao walinzi wake bado wako pale wakiwa wamejeruhiwa."

"Kwa hivyo ripoti ya kijana huyu ni ya kweli!" alimaka Spekta Upande bila kuyaelekeza maneno hayo kwa yeyote. Wale waliokuwa pale walimwangalia Kachuma.

Ghafla Spekta Upande alisimama na kumuuliza Kachuma, "Eti unasema unajua mahali jamaa hao walitorokea?"

"Ndio, walishika njia ya kuelekea Keruni...

"Walikuwa na gari aina gani?"

Kachuma alimwelezea. Maswali mengine yalifuatia haraka haraka, yote ambayo aliyajibu.

Baada ya kuyapata maelezo yote, Spekta Upande alichukua chombo cha simu maalum na kuanza kuongea.

"Spekta Jimmi wa Flying Squad, ovaaa!"

"Spekta Jimmi, nimekupokea. Ongea, ovaaa!" sauti kutoka upande mwingine ilisikika wazi ikisema.

"Mimi ni Spekta Upande.... Chukua askari wanne hivi na mjihami vilivyo na bunduki mlizo nazo halafu tukutane hapo nje mara moja... ovaaa!"

"Kwani kuna nini, ovaaa?"

"Kazi ya dharura imetokea. Tukutane hapo nje tafadhali."

"Ndio, Spekta"

Baada ya kumaliza mazungumzo kwa simu, Upande alimwangalia Kachuma.

"Kijana, umeshawahi kupanda gari la polisi maishani mwako?"

"La," Kachuma alijibu.

"Basi leo utapanda, maana tutawaandama hao wezi pamoja," Upande alisema huku akisimama, na kuchukua bastola yake iliyokuwa imetundikwa juu ya kabati nyuma ya kiti. "Haya twende...."

3

Vita Vikali Msituni

Kachuma na wale polisi wa kikosi maalum cha kupambana na wezi wakiongozwa na Spekta Upande walifuliza kasi katika gari la 999 wakielekea Bondeni na kusimamisha shughuli zote katika mji wa Toredi.

King'ora cha 999 kilikuwa kinalia kwa sauti kuwaonya madereva wengine watoke njiani maana kulikuwa na hatari.

Kila askari ndani ya ile gari alikuwa amepakata bunduki aina ya *AK47* iliyosifika kwa kutoa risasi rasharasha, isipokuwa Spekta Upande aliyekuwa na bastola huku akiongea na simu maalum ya polisi, akivijulisha vituo vingine mambo yalivyokuwa yakifanyika.

Spekta Jimmi na askari wenzake watatu walikuwa wamevalia mavazi rasmi kama ilivyokuwa kawaida yao. Kikosi hiki maalum kilikuwa na jukumu la kuwasaka wezi wa mabavu hasa wale wa magari na benki.

Bali na Spekta Jimmi, palikuwa na makoplo watatu. Wa kwanza alikuwa ni Koplo Silali Mapema, ambaye kama kawaida alikuwa amevalia miwani ya jua huku ametulia tuli bila kuongea neno. Wengine walikuwa makoplo John Siagi na Meza Kombo, ambao walikuwa wakizungumza baina yao kwa sauti za chini.

Kachuma alijihisi mgeni katika mazingara haya. Ingawa moyo wake ulikuwa umeacha kumdunda kitambo, kila kitu ndani mwa lile gari kilitangaza hali ya hatari. Maafisa wote wa usalama waliokuwemo walikuwa wote macho mbele, mikono yao imezishika bunduki sawasawa. Kachuma alingojea kwa hamu kushuhudia yatakayotokea.

Mara walifika mahali ambapo wizi ulikuwa umetendeka. Lile gari la benki lilikuwa bado pale huku limezingirwa na umati wa wanavijiji pamoja na *mabodaboda* karibu wote wa Toredi.

Dereva wa gari la polisi alikanyaga breki ya ghafla ambayo ilitifua vumbi. Askari wote walitoka nje kwa kasi iliyomshangaza Kachuma na kutembea haraka haraka kulielekea gari lile la benki. Kachuma pia alishuka na kuwafuata.

"Tuondokeeni ninyi - rudini nyuma!" Spekta Upande ambaye alimshangaza Kachuma kwa mbio alizotimua licha ya unene wake aliwaamuru watu waliokuwa wamekusanyika pale. Amri ilitiiwa mara moja. Wote waliokuwepo walitoka karibu na gari walipowaona askari wakija kasi wakiwa wamepakata bunduki kwa njia ya kutisha.

Jack Sunguti, mpiga picha wa gazeti moja mjini Toredi, ndiye pekee aliyebakia na kuendelea kupiga picha ambazo zingetumika katika gazeti lake.

"Hee, Jack, nani amekutuma hapa?" Upande alimuuliza kiutani. Walikuwa wamezoeana kwa sababu ya kukutana mara kwa mara katika kukurukakara za kupambana na uhalifu mjini Toredi na vitongoji vyake.

"Ah, Spekta, nimedokezewa tu..." alieleza Sunguti. Mara hiyo hiyo alimuona Kachuma na kumuuliza Spekta Upande, "Je, huyu ndiye aliyeshuhudia janga hili?"

"Ndio, lakini usimpige picha... wale majambazi wanaweza kumuumiza wakimtambua gazetini."

"Hongera kijana" alisema Sunguti. "Umefanya jambo la ujasiri sana."

Shughuli za ukachero zilianza. Askari waliwahoji wale walinzi wa benki ambao walikuwa bado wakionyesha ishara za mshtuko kutokana na shambulizi lile ambako walikuwa wameponea chupuchupu. Baada ya Spekta Mkuu Upande kuwahoji, aliagiza kwa njia ya redio kuwa gari lile la benki likokotwe hadi makao makuu kwa uchunguzi kamili.

Baada ya hayo aliwaagiza maafisa kurudi kwenye gari. "Na pia wewe kijana," alisema akimgeukia Kachuma.

"Mimi pia?" Kachuma aliuliza kwa wasiwasi.

"Ndio kijana," alisema Upande. "Wajua wewe ndiye uliyeona walikoenda, na itakuwa rahisi kwetu kuwapata maana utawatambua haraka. Usijali tutakulinda. Twende."

Baada ya wote kuingia garini, Spekta Upande alimuuliza Kachuma: "Unasema walifuata njia gani?"

Kachuma aliionyesha njia kwa kidole huku moyo wake ukimdunda.

"Dereva, wafuate!" Spekta Upande aliagiza.

Dereva wa polisi, ambaye mpaka sasa alikuwa kimya, alingurumisha gari na kuliondosha kasi kuelekea upande Kachuma alikokuwa amewaonyesha.

Barabara waliyoifuata ilielekea mji wa Ebuye, kama kilomita mia moja hivi kutoka Toredi. Ilikuwa ni ya mchanga na ilikuwa vumbi tupu hasa wakati wa kiangazi kama huu. Ilikuwa vilevile na miinuko na pinde nyingi, na baada ya kilomita kadhaa ilipitia katikati mwa msitu mkubwa ambao ulikuwa umepasuliwa katikati na mto Ntoya; mto ambao ulikuwa na maji yaliyoenda kasi.

"Spekta, wadhani hawa jamaa kweli wametorokea Ebuye?" Spekta Jimmi alimuuliza Upande.

"Labda, lakini pia wanaweza kujificha katika msitu wa Ebuye," Upande alijibu.

Hapo Upande aliichukua simu yake spesheli na kuita kituo cha polisi cha Ebuye. Aliwapa wenzake katika kituo hicho maelezo ya gari lililokuwa na majambazi wale, na kuongeza kuwa kulikuwa na uwezekano walikuwa wameelekea Ebuye.

"Tutaweka vizuizi katika barabara ya kuingia Ebuye, ovaa!" Kachuma alimsikia mkuu wa kikosi cha Ebuye akimjulisha Upande.

Tangu janga hili lianze kutendeka, Kachuma alikuwa amejihisi kama aliyekuwa katika ndoto mbaya ambayo angalipenda kuzinduka toka kwayo na kuendelea na maisha yake ya kawaida. Sasa, akiwa amekenti kati ya maafisa wa polisi waliobeba mabunduki ya kutisha, huku gari hili la 999 likitimua mbio ajabu, Kachuma hakuamini kuwa ni yeye ambaye asubuhi hiyo alikuwa akijiendea zake nyumbani baada ya kufukuzwa shule.

Baada ya kama kilomita sitini hivi, Spekta Upande alitoa amri ya ghafla, "Kanyaga mafuta! Yawezekana ile vumbi mbele yetu ni ya gari la wale maharamia!"

Kachuma na askari wengine wote waliinua vichwa vyao kuchungulia mbele.

Ilikuwa kweli. Mbele yao, umbali wa kama kilomita mbili hivi, kulikuwa na vumbi jingi lililokuwa likitifuliwa na gari. Huku moyo ukimdundadunda, Kachuma alijaribu kulitambua lile gari lakini hakuweza kwa jinsi lilivyokuwa mbali, pamoja na vumbi jingi lililokuwa likizuia gari lenyewe kuonekana vizuri.

"Jamani kaeni chonjo," Spekta Upande aliwaambia wale maofisa aliokuwa nao. "Kama ndio hawa, jitayarisheni kwa vita!" Kisha alimwangalia Kachuma ambaye alikuwa na wasiwasi mwingi na kumwambia, "Kijana, tukilikaribia gari chuchumia chini, na hata tukitoka baki ndani. Unasikia?"

"Ndio, afande," alisema Kachuma, moyo wake ukimdunda kwa nguvu kama ngoma ya kitamaduni.

Huko mbele, gari walilokuwa wakilifuata lilipinda kona na kutokomea, likiacha wingu la vumbi nyuma yake. Baada ya dakika moja hivi, gari la polisi lilifika mahali hapo na pia likakata kona, lakini hakukuwa na dalili yoyote ya vumbi, wala gari lenyewe.

"Ala, kwani hawa jamaa wameenda wapi?" Spekta Upande aliuliza huku wote wakitandaza macho kulitafuta gari pande zote.

"Hebu punguza mwendo Konstebo," Spekta Upande alisema ghafla. Dereva alitii.

Ghafla, mbele yao kidogo, karibu na daraja jembamba la kuvuka mto Ntoya, waliliona gari lililoegeshwa kando ya barabara.

"Ndilo hilo!" alisema Kachuma mara alipoliona, "Ndilo gari walilotumia!"

"Hebu jifanye kama unalipita!" Spekta Upande alimwagiza dereva. "Itatupa nafasi ya kuchunguza kama kuna mtu ndani...."

Dereva alifanya kama alivyoagizwa. Walipokuwa wakilipita macho yao yote yalichungulia ndani. Hawakuona dalili yoyote ya mtu kuwepo.

"Simamisha gari... yaonekana wametoroka kwa miguu," Spekta Upande alisema. Hata kabla gari halijasimama kabisa, maafisa wale wote akiwemo pia dereva walikuwa wameruka nje na silaha zao tayari, huku wakimwacha Kachuma peke yake.

Roho yake Kachuma iliendelea kudunda na jasho jembamba likamjaa usoni. Alifunga mlango na kulingojea lolote lingelotokea.

Askari walielekea kwenye gari lililotumiwa na wezi huku wakishikilia silaha zao chonjo.

Walilipekua kwa ustadi na kuhakikisha hapakuwa na mtu. Walilifungua pia buti lake na kulipekua. Hapakuwa na chochote. Majangili walikuwa wametoroka na ile mikoba ya fedha.

"Haikosi hawa jamaa wako hapa msituni." Spekta Jimmi alisema. Wote waliangaza macho yao lakini hawakuweza kuona chochote.

Baada ya kupata ishara kutoka kwa Spekta Jimmi na Spekta Upande, wale askari wote walitapakaa na kuanza kuingia msituni uliokuwa na miti. Lakini hata kabla ya kwenda mbali, mlio wa risasi ulisikika ukipasua msitu.

Askari wote walilala chini kujisalimisha. Ndani ya gari la polisi, Kachuma naye alilala kifudifudi bila kuambiwa.

Baada ya kimya cha dakika chache milipuko ilianza. Majangili walikuwa wamejitokeza, nao maafisa wa usalama walijitolea kwa jukumu lao. Vilikuwa vita vikali. Kachuma alikuwa amezoea kuyaona mambo kama haya katika kanda za video ama kwenye sinema, lakini hii ilikuwa ni mara ya kwanza kuyaona yakitendeka waziwazi mbele yake.

4

Kachuma Ashikwa Mateka

Milipuko mikali na ya kutisha ya risasi iliendelea kupasua kimya cha msitu huku majangili na polisi wakiwindana. Kachuma, huku woga umemzidi, aliendelea kuchuchumaa sakafuni mwa gari la polisi. Moyo wake ulikuwa ukikigonga kifua na mbavu kwa nguvu. Alikuwa ameyafumba macho huku akimwomba Mungu amnusuru kutokana na janga hili.

Baada ya kitambo kilichoonekana kama siku kadhaa kwa Kachuma, milio hiyo ya bunduki ilididimia na kunyamaza kwa ghafla kama ilivyoanza.

Baada ya kimya cha nukta chache Kachuma, huku akiwa amejilaza kando ya kiti cha nyuma cha lile gari la polisi, alianza kupatwa na wasiwasi zaidi wakati kimya kilipozidisha kishindo hapo msituni.

Ndipo akaamua kuchungulia nje ili aone mambo yalivyokuwa yakiendelea. Alisimama polepole na kuchungulia nje. Kila kitu kilionekana shwari, lakini alipoangalia vizuri hapo kichakani aliona dalili ya kiwiliwili cha mtu kikiwa kimelala chini. Alipochungulia zaidi alishtuka alipoona kuwa ulikuwa ni mwili mnene wa Spekta Upande. Alikuwa akivuja damu nyingi kifuani.

Jambo hili lilimshtua sana Kachuma hivi kwamba aliamua kutoka kwenye gari na kukimbia mahali Spekta

Upande alipokuwa ili ahakikishe kama alikuwa hai au alikuwa ameshakufa.

Lakini mara tu alipoketi wima na kuanza kuusukuma mlango ili aufungue, milio ya risasi za rasharasha ilianza tena. Kachuma alijirusha chini tena na kujificha chini ya kiti.

Risasi ziliendelea kulipuliwa kwa muda wa dakika kama tatu nne hivi, huku Kachuma akiwaza na kuwazua jinsi angalivyotoka mahali hapa akiwa hai.

Ghafla milio ya risasi ilinyamaza tena, na kukifanya kimya kilichofuatia kiwe na kishindo kikuu kama maporomoko ya Nyahururu.

Je, nini kinaendelea huko nje? Kachuma alijiuliza akiwa bado amechuchumaa garini. Hakuweza kustahimili kimya kizito kilichokuwa kimeenea pale msituni. Aliamua kujaribu tena kuchungulia. Aliinua kichwa tena dirishani, macho yake yakiangaza tena mahali Spekta Upande alikokuwa amelala. Lakini alishtuka alipomuona mmoja wa wale majangili, akiwa bado na kipande cha fulana nyeusi kilichoziba uso, akikimbia kasi toka pale msituni akielekea kwenye gari la polisi alimokuwa Kachuma.

Huku likiwa limeibeba ile mikoba ya fedha, jangili hilo lilikuwa linakimbia huku likitazama nyuma na kujaribu kuwafyatulia risasi askari wawili waliokuwa nyuma wakilikimbiza huku wakijaribu kuliua. Ilikuwa ni ajabu vile lilivyoziepa rasharasha za risasi ingawa mikoba liliyoibeba ilikuwa mizito.

Kachuma alilala tena sakafuni mwa gari hilo na kujikandamiza jinsi alivyoweza nyuma ya kiti cha dereva.

Jangili lilifika kwenye gari hilo la polisi. Lilifungua mlango wa mbele chapuchapu na kuirusha ile mikoba juu ya kiti cha mbele, halafu likaingia ndani na kukalia kiti cha dereva.

Mara milio ya bunduki ilididimia. Bila shaka wale askari waliokuwa wakilikimbiza jangili hilo walihofia kulifyatulia risasi gari lao ama kumuumiza Kachuma.

Jangili, lililokuwa limejihami kwa bastola, halikujua kwamba Kachuma alikuwa ndani ya gari lile, na kwamba alikuwa amechuchumaa nyuma ya kiti lililokalia. Liligeuka na kuanza kuwashambulia wale askari waliokuwa wakilikimbiza. Walipohepa kwa kujificha nyuma ya vichaka, jangili liliirusha ile bastola nyuma yake na ikaanguka juu ya kiti cha nyuma, mahali Kachuma alikokuwa amejificha.

Ile bunduki ilidunda toka kwenye kiti na kumgonga Kachuma kichwani. Kachuma hakujua ni kitu gani kilichogonga. Katika kushtuka kwake aliyafunga macho zaidi, akifikiri labda yule jambazi alikuwa ameshagundua kuwa alikuwa amejificha hapo nyuma.

Ghafla Kachuma alilisikia gari likingurumishwa na kuondoshwa kasi kuelekea upande wa Ebuye. Jangili lilikuwa likitoroka huku likimbeba bila kujua alikuwa ndani.

Kachuma aliinua kichwa polepole. Kitu cha kwanza alichokiona kilikuwa ile bastola jangili lilikuwa limeirusha pale nyuma. Ilikuwa mara ya kwanza Kachuma kuiona bastola ikiwa karibu namna hii na ilimshtua kama aliyekuwa amerushiwa guruneti. Alikuwa karibu kupiga yowe lakini akajizuia. Aliyafungua macho yake tena na kuitazama ile bastola, huku gari likiwa lapiga kasi kuelekea Ebuye.

Nyuma kule msituni Spekta Jimmi na Spekta Mkuu Upande walikuwa wamelala chini wakiwa hoi baada ya kupatwa na risasi za wale majangili. Lakini juhudi za polisi hazikuwa zimeambulia patupu. Makachero wawili, Koplo Siagi na Koplo Kombo, walikuwa wamewaua majangili wale wengine wote isipokuwa huyu aliyekuwa sasa anatoroka na gari la polisi akiwemo Kachuma ndani yake.

Makoplo hao wawili walichomoka pale kichakani na kutimua mbio wakilielekea gari la majambazi. Waliingia ndani na kuliwasha moto kwa kuzishikamanisha nyaya kwa sababu hawakuwa na funguo. Huu ulikuwa miongoni mwa ujuzi waliotakiwa kuwa nao kama maafisa wa polisi wa kikundi maalum cha kupambana na wizi.

Baada ya nukta chache walikuwa wamefululiza kasi wakilikimbiza gari lao ambalo lilikuwa limetekwa na lile jambazi.

Baada ya kulivuka daraja la Ebuye, lile jangili liliangalia nyuma ya gari kupitia kioo cha dereva na kushtuka lilipoliona gari likilifuata. "Hebu waje," lilijisemea kwa sauti bila kujua Kachuma alikuwa analisikiza hapo nyuma. "Nitasimama pale mbele kidogo niwangojee, halafu nitawalipua mmoja mmoja!"

Baada ya kukata kona moja liliisimamisha gari kichakani na kuanza kuichukua ile mikoba. Hapo ndipo Kachuma akajua lilikuwa likitaka kushuka na kutoroka.

Huku moyo bado ukimwenda mbio, Kachuma alishikwa na ujasiri ambao ulimshtusha hata yeye. Kwa ghafla aliichukua ile bastola na kufungua mlango. Kisha aliruka nje kwa njia ambayo ililishtua lile jangili maana halikujua palikuwa na mtu mwingine katika lile gari. Lilibaki limezubaa likimwangalia Kachuma. Kachuma naye alisimama karibu na mlango wa dereva. Huku moyo na misuli yake ikiwa imetulia, aliishika ile bastola kwa mikono yote miwili na kulilenga lile jangili.

"Toka nje na uinue mikono juu!" aliamuru kwa sauti ya juu.

Jangili liliduwaa zaidi. Halikutarajia kuwa mtoto huyu mdogo aliyevalia sare za shule angalililenga kwa bastola na kuliamuru liinue mikono.

Kwa vile lilikuwa halijaamini yaliyokuwa yakitendeka, jangili liligeuka ili kuhakikisha kwamba bastola liliyokuwa nayo kweli haikuweko.

Lilishtuka liliposikia mlipuko mkali wa risasi iliyofyatuliwa na Kachuma. Mlio wenyewe pia ulimshtua Kachuma ambaye hakujua kwamba bastola ilihitaji kufinywa kidogo tu ili ifyatuke. Jangili lilishtuka zaidi, maana lilikuwa halijaamini Kachuma angeweza kufyatua bastola.

"Nimesema utoke!" Kachuma alifoka tena, ingawa sauti yake kidogo ilitetema kutokana na mshituko alioupata.

"Haaya... usinilipue tafadhali... nimesikia..." alisema huyo haramia na kutoka nje ya gari. "Lakini chunga hiyo silaha ni hatari."

"Nyamaza na uketi chini hapo... ama nikulipue kichwa!" Kachuma alifoka tena.

Lile jambazi liliyafuata maagizo liliyopewa na kuketi chini, kando ya gari, huku bongo lake likifanya kazi ya ziada kutafuta mbinu za kumzubaisha huyu mtoto na kumpokonya ile bastola. Liliyaangaza macho pale barabarani likitafuta angaa jiwe ama silaha yoyote lakini halikubahatika.

Wakati huo huo, gari lile la pili lilifika na wale askari wawili waliokuwa wakiliandama. Kusimama tu wale askari wawili walikuwa wameshatoka na kusimama kando ya Kachuma, ambaye alikuwa amelielekezea lile jangili bastola.

Mmoja wa wale askari alifululiza moja kwa moja hadi lilipokuwa jambazi na kuliweka pingu mikononi, halafu akalitoa ile fulana iliyoziba uso.

Sura iliyojitokeza haikuwa ya kutisha, isipokuwa jangili lilikuwa na macho makali na kovu la chombo kikali kama kisu hivi toka sikio la kushoto hadi kidevuni.

"Ala, kumbe ni Greg Sugu! Leo tumekupata!" Koplo Kombo alimaka baada ya kuiona sura ya lile jangili. Greg Sugu alikuwa amewatatanisha polisi mijini Toredi na Robinia siku nyingi. Koplo Kombo alimwamuru aingie ndani ya buti la gari la polisi.

"Hongera kijana," Koplo Kombo alimwambia Kachuma, huku akiichukua ile bastola aliyokuwa nayo. "Umefanya jambo la ujasiri kabisa. Ulijulia wapi kutumia bastola?"

Kachuma alitabasamu na kusema, "Nimejua tu hivi hivi. Je, wale majambazi wengine wameshikwa ama vipi?"

"Ah, wale" Koplo Siagi alijibu akibetua mabega, "Wote ni maiti sasa. Huyu tu ndiye aliye hai."

"Na akina Spekta Upande?" Kachuma aliuliza.

"Bahati mbaya", alijibu Koplo Kombo huku uso wake ukionyesha huzuni. "Upande na askari wenzetu pia wamepigwa risasi. Tumempita Upande tulipokuwa tukilikimbiza hili jangili na hali yake ni mbaya. Hebu turudi huko tuone walivyo, labda twaweza kuwasaidia kama hatujachelewa."

Wote watatu waliingia gari na kuanza kufuliza tena kurudi msitu wa Ebuye.

5
Shilingi Milioni Kumi!

"Hebu washa hiyo redio tusikilize taarifa ya habari," Koplo Siagi alimwambia mwenzake, huku wakiwa kasi kurudi msitu wa Ebuye. "Labda shirika la utangazaji limeshapata habari hizi."

Koplo Meza Kombo alinyoosha mkono na kuiwasha redio iliyokuwa mbele yake. Ilikuwa ni saa saba na dakika kumi hivi, na taarifa ya habari ilikuwa ikiendelea.

"Habari zinazotufikia toka chumba cha habari zinasema kwamba genge la maharamia watano hivi leo asubuhi limetoroka na shilingi milioni kumi pesa taslimu baada ya kulivamia gari la benki mjini Toredi na kuwazidia walinzi waliokuwa wakizisindikiza pesa hizo kuelekea mji mkuu wa Robinia.

"Majambazi hao ambao yasemekana walikuwa na bunduki za rasharasha aina ya AK 47, na ambao pia walikuwa wamezifunika nyuso zao, yaaminika walilivizia gari hilo baada ya kutoka mjini na kulimiminia risasi na kisha kuwafunga kamba wale walinzi kabla ya kutoroka na fedha hizo. Polisi mjini Toredi na Ebuye bado wanawasaka ...."

Koplo Kombo aliizima ile redio kisha wakaangaliana na Koplo Siagi.

"Shilingi milioni kumi pesa taslimu!?" wote walimaka kwa pamoja. Kisha Koplo Kombo aligeuka na kumwangalia yule jambazi aliyekuwa kwa buti.

"Hizo pesa zote mlikuwa mwapeleka wapi?" alimuuliza Greg Sugu kwa dhihaka. Jambazi lilinyamaza na kuangalia kando, macho yake ya kutisha yakiwa yamejaa chuki.

Kachuma, ambaye alikuwa ameketi kiti cha nyuma, yaani kati ya jambazi na wale polisi, aliuhisi moyo wake ukimsimama kwa nukta chache walipokutanisha macho na Sugu. Ni kama kwamba jambazi lilikuwa likionya lingelipiza kisasi.

"Hei, shilingi milioni kumi!" Siagi alirudia huku akionyesha mshangao zaidi. "Yaani hii mikoba tuliyobeba ina shilingi milioni kumi ndani yake...?"

"Si tufungue tuhesabu...?" Jambazi Sugu lilisema ghafla. "Labda twaweza kugawana halafu mniachilie...."

Kimya kizito cha nukta kadhaa kilifuata. Siagi na Kombo waliangaliana. Kisha Siagi, aliyekuwa akiliendesha gari, aliyarudisha macho yake barabarani. Kombo aligeuka na kumfokea yule jambazi. "Nyamaza.... Hizo fedha ni za wenyewe, tutagawanaje? Wewe waenda korokoroni bila shaka."

Halafu Kombo alimwangalia Kachuma. Alitabasamu alipoona alivyokuwa amejikunyata nyuma ya kiti ambacho yeye na Siagi walikuwa wamekalia na kumwambia, "Kijana, usijali huyo jamaa hawezi kukuumiza kwa sasa. Akitoka hapa ni kitanzi tu."

Baada ya muda mfupi walifika katika msitu wa Ebuye, mahali ambapo polisi walikuwa wamepigana vita vikali na wale majambazi. Wote walishuka gari na Koplo Siagi akamwamuru Greg Sugu atoke mle ndani. Kisha alimuongoza hadi kwenye mti uliokuwa kando ya barabara na kumfungia huko kwa pingu, mikono yake ikizungushwa mti huo.

"Kaa hapo tunarudi," Koplo Siagi alimfokea. Halafu wale askari wawili na Kachuma waliandamana hadi mahali ambapo walikuwa wamewaacha Spekta Upande, Spekta Jimmi na askari wale wengine wawili wakiwa majeruhi. Hawakuwapata.

"Ala, wameenda wapi tena?" aliuliza Siagi huku wote watatu wakiikodolea macho sehemu ile majeruhi walikuwa wamelala.

"Si nilidhani risasi ziliwaua?" Kombo aliuliza kwa kimako.

"Hata mimi..." Siagi alijibu kisha akaongeza, "Hebu tuingie msituni tuone kama tutawapata huko ndani." Kisha aligeuka na kumwambia Kachuma, "Mtoto, wewe ngoja hapo. Tutarudi sasa hivi."

Kachuma alisita kidogo, lakini kabla hajasema lolote wale askari walikuwa wameshaingia msituni.

Kachuma aliachwa pale huku akizidiwa na wasiwasi. Hakujua la kufanya baina ya kurudi kwenye gari na kuwafuata wale askari. Aliogopa kuachwa pale akiwa peke yake na jangili. Ingawa Greg Sugu alikuwa amefungiwa pale mtini, ingekuwaje akiwahi kujifungua? Si angalimuua kabla Siagi na Kombo hawajarudi?

Mara askari walipotokomea, Sugu alimkodolea Kachuma macho yake ya kutisha na kumwambia, "Wewe kijana wajifanya mwerevu, eh? Ngoja tu. Nikiponyoka hapa utakiona cha mtema kuni. Sasa kutushikisha sisi kumekufaidi vipi? Ngoja tu, utajuta!"

Vile vitisho vilimwogofya Kachuma vilivyo na akaona ingekuwa heri kuwafuata Siagi na Kombo, ili wamlinde.

Aliingia msituni, lakini ole wake hakujua wale askari walikuwa wameshika njia gani, maana msitu wenyewe ulikuwa mkubwa.

Moyo wake ulizidi kumwenda kasi wakati alipoziona maiti za wale majambazi wengine waliokuwa wamepigwa risasi na polisi. Aliona maiti nne zikiwa zimetapakaa mahali tofauti.

Alifunika macho kwa mkono ili asizione maiti hizi na kuanza kutembea huku na kule akiwatafuta askari wale wawili.

Alikuwa karibu kupaza sauti ili kuwaita aliposikia sauti ikitoka chini ya majani yaliyokuwa yakivurugika. Alisita kidogo. Alitega sikio zaidi na kusikia sauti kama ya mluzi uliokuwa ukitoka chini ya majani. Kugeuka tena alishtuka alipomwona chatu mkubwa nyuma yake.

Mdomo na koo zilimkauka kwa woga. Alijua kama angepaza sauti ama kutoroka yule nyoka angemrukia. Hisia zilimwambia arudi nyuma kidogo huku macho amemwangazia nyoka. Baada ya hatua chache alijibanza ndani ya kichaka kilichokuwa chini ya mti mkubwa. Lakini alikuwa na bahati hata kama hakujua. Chatu huyu alikuwa ameshiba na ingawa alikuwa amemwona

45

hakumtilia maanani. Badala yake alijiendea zake polepole.

Kachuma alihema na kuanza kupumua taratibu. Lakini aliendelea kuchutama pale kichakani ili chatu atoweke kabisa.

Akiwa bado amechuchumaa pale, alizisikia sauti za watu ambao walikuwa wakielekea mahali alipokuwa. Alipochungulia kutoka mafichoni mwake aliwaona Kombo na Siagi wakikaribia.

Alikuwa karibu kutoka kichakani alipokuwa amejificha lakini akakumbuka alivyoamriwa asitoke barabarani. Akiwa bado anawazia sababu angaliyowapa kwa kukiuka amri yao, aliwaona wakisimama karibu na mahali alipokuwa na kuendelea kuzungumza kwa sauti za chini. Ilikuwa dhahiri kwamba walikuwa bado hawajamwona.

"Liwalo na liwe, hizo ni pesa zetu!" Siagi alikuwa akisema.

"Wazi bwana," Kombo alidakia. "Shilingi milioni kumi! Hatuwezi kuziacha na huku ukame umezidi jinsi hii!"

"Hebu fikiria - kila mmoja wetu tano tano..."

"Feeeu!" Koplo Kombo alipiga mbinja ya mshangao.

"Huyo jambazi, naye tumfanyeje?" Siagi aliuliza.

"Si tumpige risasi afilie mbali?"

"Apana," alikataa Kombo. "Acha tumfungue pingu na kumruhusu atoroke. Kisha tutaripoti kuwa majambazi wote walikufa isipokuwa mmoja ambaye alitoroka na fedha."

"Hilo ni wazo zuri sana," alikubalia Siagi huku akitikisa kichwa. "Hata akitaka tumgawie kidogo tutafanya hivyo."

"Eti?" alifoka Kombo. "Hizi fedha ni zetu. Acha aende patupu. Akileta fujo tutamwandama baadaye na kumuulia mbali."

"Sawa – lakini tumesahau jambo moja..."

"Gani hilo?"

"Huyo mtoto... si ameshuhudia kila kitu? Tumfanyeje, maana unajua anaweza kutangaza maneno yalivyokuwa?"

Walinyamaza kidogo halafu Kombo akasema, "Hiyo kazi rahisi. Tutachukua bastola ya jangili mmoja na tumuulie mbali nayo, halafu itasemekana aliuawa na majambazi."

Moyo wa Kachuma ulimsimama karibu apige mayowe ya woga. Alifumba macho na kuendelea kulala pale chini, kichakani, akimwomba Mungu wake ili Siagi na Kombo wasimuone.

"Nakubaliana na wewe," alisema Siagi halafu wakaanza kuelekea barabarani, bila kumwona Kachuma aliyekuwa akitetemeka pale kichakani kwa woga.

6

Polisi Mwizi Huripotiwa Wapi?

Wale askari wawili walipoondoka Kachuma alibaki pale, moyo ukimdunda na jasho jembamba likimtiririka.

"Mungu wangu," alikuwa akifikiria huku akitetemeka mwili mzima, *"hawa polisi wamegeuka wezi, na wanataka kuiba zile pesa. Pia wanataka kuniua ili nisiwaseme...."* Aliendelea kulala kifudifudi pale kichakani huku machozi yakimtiririka asijue la kufanya.

Siagi na Kombo walipofika pale barabarani wakinuia kutimiza mpango wao wa kumuua Kachuma kikatili, walishangaa walipopata hakuwepo. Mara walianza msako wa hapa na pale. Walipomkosa karibu na barabara Siagi alimwendea Greg Sugu.

"Wee, yule mtoto ameenda wapi?" alimuuliza huku akimwashiria.

"Kwani si aliwafuata huko msituni!" Sugu alijibu.

"Eh" alifoka Siagi, "Si nilimwambia asubiri hapa! Alishika njia gani?"

"Mimi sijui - mtafuteni huko porini. Mnanisumbua na hali hamkuniachia jukumu la kumchunga.... Nifungueni hizi pingu kama mwatarajia usaidizi wangu," Sugu alisema kwa dhihaka.

"Kombo," Siagi alimwita mwenzake. "Hebu tumwinde

huyo kijana. Kufaulu kwa mpango wetu kunahusiana sana na yeye."

Wote wawili walirudi huko msituni. Kwa vile walikuwa hawajui alikuwa ameshika njia gani, walianza kumtafuta kiholela huku wakimwita kwa sauti, *"KACHUMAA!" "KACHUMAAA!" "KACHUMAA!" "WE, KIJANA!"* Lakini badala ya kusikia sauti ya Kachuma ikiitika, walichosikia tu kilikuwa mwangwi ukiziigiza sauti zao.

Kachuma alijibanza na kuingia ndani zaidi ya kichaka ili kujificha.

Kombo na Siagi walimtafuta kwa dakika kadhaa; hata walipitia karibu na alipokuwa amejificha bila kumwona.

"Huyo kijana ameenda wapi kwani?" alimsikia Siagi akiuliza.

"Wadhani atatoka hapa akiwa hai?" Kombo naye alijibu kwa swali.

"Sidhani. Machatu na mbwamwitu walio hapa ni wengi. Hebu turudi tumalizane na Sugu."

"Twende zetu basi."

Siagi na Kombo walielekea barabarani na kumwacha Kachuma pale bila wao kumwona. Alitulia pale kwa muda wa dakika tatu hivi, moyo wake ukimdunda na mwili mzima kumtetemeka, kisha akainuka polepole. Nguo zake zilikuwa zimejaa vumbi na shati lake lilichanika kwa kushikwa na miiba ya pale kichakani ambayo hakuisikia ama kuiona wakati alipokuwa akijificha.

Baada ya kutoka pale kichakani, Kachuma alijikung'uta nguo zake ili kutoa vumbi, halafu akanyemelea taratibu kuelekea njia wale askari waliyopitia kurudi huko barabarani.

Baada ya mwendo mfupi alitokea pale barabarani na kujificha nyuma ya mti mkubwa uliokuwa hapo kando, na kuchungulia kilichokuwa kikiendelea.

Alimwona Koplo Kombo akimfungua pingu jangili Greg Sugu, huku Koplo Siagi akimlinda kwa bastola. Walikuwa kama mita ishirini kutoka pale alipokuwa amejibanza, na kwa vile upepo ulikuwa unavuma kumwelekea aliyasikia mazungumzo yao.

"Lakini jamani nyinyi ni wajinga wa wapi?" Sugu alikuwa akiwauliza kwa dhihaka. "Si tugawane hizi pesa halafu mniachilie niende?"

Kombo na Siagi walianguakicheko, kisha Siagi akafoka, "Sisi si wajinga kama unavyofikiria. Tutakuachilia, lakini ukizusha ubishi tutakulipua vilivyo, unasikia?"

"Sasa mwatakaje?" aliuliza Greg Sugu kwa sauti iliyojaa wasiwasi.

"Wewe potelea," alimwambia Siagi. "Kimbia ujiokoe. Ukifanya makosa, ama useme ng'we, utakiona kilichomtoa kanga manyoya."

"Na pesa je?"

"Sahau; hizi ni zetu sasa. Wee kimbia..." alifoka Siagi na kufyatua risasi iliyomkosa Sugu miguuni kwa milimita chache.

Bila kusema neno lingine, Sugu aliruka na kutorokea msituni huku Kombo na Siagi wakilipua risasi hewani hali wakimcheka.

Katika mbio zake, Sugu alipitia karibu na mahali Kachuma alipokuwa amejificha, nyuma ya mti lakini hakumwona.

Kachuma alibaki amesimama palepale nyuma ya mti baada ya lile jangili kupita na kutokomea msituni. Alitaka kuona wale polisi walikuwa wanataka kufanya nini baada ya kumshtua na kumtorosha Sugu.

Kombo na Siagi, bila habari walikuwa wakionekana na Kachuma, walitembea hadi kwenye lile gari lao la polisi na kuanza kuikagua ile mikoba miwili. Kwa vile ilikuwa imefungwa kwa chandarua na kuwekwa kufuli, walitumia kisu cha kijeshi alichokuwa nacho Kombo na kuirarua ile mikoba.

Lo! Pesa walizozipata ndani ya ile mikoba walikuwa hawajawahi kuziona maishani mwao. Mioyo yao ilianza kuwadunda, huku wakiyakodolea macho mabunda ya manoti yaliyojaa mle.

"Sabash!" Kachuma alimsikia Koplo Siagi akisema. "Lililobaki ni kuzificha hizi pesa kabla ya kurudi kituoni!"

"Wazi!" alisema Kombo akimpiga mwenzake pambaja. Waliingia kwenye gari huku wakiwa wameibeba mifuko ile ya pesa, kisha wakaliwasha moto na kuondoka kasi kuelekea Toredi.

Baada ya wao kutokomea, Kachuma alitoka mahali alikuwa amejificha nyuma ya mti na kuingia barabarani.

Je, angefanya nini? Alikuwa ameyashuhudia yote yaliyotendeka na alikuwa tayari kuwaripoti hawa polisi waliogeuka wezi. Lakini je, polisi mwizi huripotiwa wapi, alijiuliza?

51

Wasiwasi ulimzidi alipokumbuka kuwa barabara hii haikuwa na magari mengi. Alishindwa vile angefika mjini, kilomita zaidi ya ishirini toka hapo mbugani, katika hali yake ya uchovu.

Akiwa bado anapiga bongo alishtukia ameshikwa kutoka nyuma kwa ghafla. Kugeuka alijikuta ana kwa ana na jambazi Greg Sugu.

"Kijana, si nilikuonya kuwa ningekushika?" Sugu alimwambia huku akianza kumkaba koo. "Sasa sema sala zako za mwisho maana lazima nitakunyonga...."

7

"Wewe Kachuma Kweli!"

"Lazima ufe wewe mbwakoko!" Greg Sugu alimfokea Kachuma, huku akizidi kumkaba shingo hali akimsukasuka. "Ulikuwa wanitisha na bunduki kwani mimi ni rika lako?"

"Ah - agghh!! Niache tafadhali..." Kachuma alimsihi huku akiishiwa na pumzi. Nguvu zilikuwa zikimwishia. Asipofanya kitu haraka bila shaka jangili lingemuua.

Bila kujua alifanyalo, Kachuma alijikuta ameliinua goti na kumpiga Sugu kwa nguvu katikati mwa miguu.

Ghafla jangili lilimwachilia na kupiga mayowe ya uchungu. Lilianguka na kuanza kugaagaa pale barabarani likiguna kwa uchungu huku likijishikilia sehemu za siri.

Kwa vile pumzi zilikuwa zimemwishia, Kachuma alianguka chini mara alipoachiliwa. Kisha aliinuka haraka na kuanza kukimbia barabarani kuelekea kwenye ile daraja nyembamba iliyoelekea mjini Ebuye.

Huko nyuma jambazi lilijaribu kujikokota ili limkimbize, lakini uchungu ulilizidi. Liliendelea kugaagaa pale huku likiguna.

Kachuma alipovuka lile daraja tu, aliiona trakta ikiteremka toka Ebuye kuelekea Toredi. Ilikuwa imeivuta trela iliyobeba mitungi ya maziwa ambayo bila shaka ilikuwa ikipeleka kiwanda cha maziwa mjini Toredi.

Alipoiona, Kachuma alimshukuru Mungu maana alijua angeokolewa kutokana na hatari ya jangili Greg Sugu.

Kwa ghafla aliruka na kusimama katikati mwa barabara na kuanza kurukaruka akipiga mayowe na kumpungia dereva mkono kumsimamisha.

Dereva wa trakta alishangaa kumuona mtoto barabarani na kujiuliza alichokuwa akitaka katika kuisimamisha trakta kwa fujo namna ile. Aliamua asimame, akijiambia lazima mtoto alikuwa na sababu kubwa ya kufanya jambo la hatari kama kusimama katikati mwa barabara.

Baada ya kuisimamisha trakta, yule dereva alishangaa kuona kuwa nguo za huyu kijana wa shule zilichanikachanika na zilikuwa pia zimejaa vumbi kama ambaye alikuwa amegongwagongwa na kubingirishwa na faru. Lakini hata kabla hajamuuliza swali, Kachuma alikuwa ameirukia trakta na kuanza kuropoka yaliyokuwa yamempata.

"Ati nini kijana? Hebu sema taratibu – kwani umepatwa na janga gani?" dereva alimuuliza.

Kachuma alimhadithia mambo yaliyokuwa yamempata kwa kifupi alivyoweza, na kumalizia kwa kumwelezea dereva kuwa kulikuwa na jangili lililokuwa limemwandama.

"Yuko na silaha?" dereva aliuliza.

"La," Kachuma alimjibu. "Wale askari walimpokonya."

"Haya, acha twende..." dereva alisema na kuanza kulingurumisha tena trakta kuelekea Toredi. Kabla hawajaondoka, walimwona yule jangili akichechemaa nyuma yao. Alipoona ile trakta na Kachuma akiwa juu yake, alipatwa na wasiwasi na kuingia msituni alipotokomea.

"Ndiye huyo..." Kachuma alimwambia dereva huku akimwonyesha jangili likiingia msituni.

"Ndio, nimemwona," alisema dereva. "Achana naye, sasa hatadhubutu kukufuata. Acha tufike Toredi tumripoti kwa polisi."

Baada ya kimya cha dakika kadhaa, Kachuma alimgeukia dereva na kumwambia, "Sidhani ni jambo la busara kuripoti kwa polisi... kwa sababu wale polisi wawili ndio wamechukua zile pesa."

Dereva alimwangalia Kachuma huku akiwaza aliyoambiwa. Kisha akasema, "Kweli kijana, ni vigumu polisi kuwakamata polisi wenzao. Sasa tufanyeje?"

Baada ya kuwaza kidogo, Kachuma alimkumbuka rafiki yake Sunguti, halafu akauliza, "Na je, tukiripoti kwa waandishi wa habari?"

Dereva aliendesha kwa dakika nyingine kadhaa kwa ukimya.

"Hilo ni wazo jema," alikubalia mwishowe. "Hebu twende Toredi kwa afisi za magazeti."

Huko nyuma, jangili Sugu aliamua kufuata njia za mkato kupitia msitu kuelekea Ebuye, akiapa kulipiza kisasi dhidi ya wale askari wawili na "yule mvulana mpumbavu" kwa kumharibia mipango yake.

Watu mjini Toredi walishangaa walipoona trakta ya maziwa ikiwa imembeba mvulana wa shule aliyevaa nguo zilizoraruka. Walishangaa zaidi walipoona trakta yenyewe ikiiacha njia ya kuelekea kiwanda cha maziwa na kusimama nje ya afisi za magazeti ya *MWANGAZA* katikati mwa jiji.

Dereva wa trakta na Kachuma walishuka toka kwenye trakta. Walikuwa wameanza kuelekea afisi hiyo ya gazeti Kachuma aliposikia sauti nyuma yake ikimwita. Alipogeuka aliona alikuwa ni Jack Sunguti, mpiga picha za habari.

"Wafanya nini hapa, kijana?" Sunguti alikuwa akimuuliza.

"Nimekuja kuripoti mambo niliyoyaona," Kachuma alimjibu.

"Mambo gani tena? Nawe kijana matata! Si asubuhi umeripoti wezi wa benki? Sasa nini tena?"

Haraka haraka, yule dereva alimsaidia Kachuma kuhadithia mambo yaliyokuwa yametokea baada ya polisi kukabiliana na wezi wa pesa za benki.

"Eti polisi wameachilia mwizi halafu wakachukua fedha hizo?" Sunguti aliuliza kwa mshangao.

Wananchi waliokuwa na hamu ya kujua kilichokuwa kikitendeka walianza kujazana pale. Sunguti alimshika Kachuma mkono na kumwongoza hadi afisini mwao huku yule dereva wa trakta, aliyevalia kabuti nyeupe na gambuti nyeusi, akiwafuata nyuma.

Walipofika afisini, Sunguti aliwajulisha kwa mhariri mkuu ambaye baada ya kusikiza hadithi yao, alimwagiza Sunguti amwite Yohana Nguza, mmoja wa waandishi wa habari wa *MWANGAZA*.

Nguza alipokuja, yule mhariri alimuuliza, "Umeshamhoji Spekta Mkuu Upande?"

"Ndio bwana...."

"Ala, kwani Upande angali hai?" Kachuma aliuliza kwa mshangao.

"Ndio," mhariri alimwambia. "Yeye, Spekta Jimmi na askari wengine wawili walipatikana na msamaria mwema aliyewakimbiza hospitali. Kwa bahati hawakuwa wameumia sana."

"Na huyu ndiye nani?" ripota Nguza aliuliza.

"Huyu ndiye Kachuma," Mhariri alimwambia Nguza. "Yeye ndiye aliyewajulisha polisi kisanga hiki."

"Wah!, hongera kijana," Nguza alisema kwa mshangao. "Wewe ni Kachuma kweli!"

"Mambo bado, Nguza," Sunguti alisema akiwa na tabasamu usoni.

"Bado nini tena?"

"Huyu kijana ana mambo zaidi. Ameshuhudia polisi wakimwachilia mwizi atoroke, nao wenyewe wakachukua fedha hizo. Zaidi ya hayo, walipanga kumuua!"

"Eti nini?" Nguza aliuliza huku macho yakimkodoka.

Kabla hawajaongea neno zaidi, simu ya mhariri pale mezani ililia.

"Halo," mhariri alisema akiichukua.

"Huyo ni mhariri wa *MWANGAZA*?" sauti nzito ilisikika ikiuliza. Mhariri hakujaribu kuizima sauti isisikike.

"Ndiyo, wewe ni nani?" mhariri akauliza.

"Usijali..." sauti ilisema tena. "Sikiza tu habari ninazokuambia na uziandike. Kama huamini muulize yule mtoto aliyeripoti wizi."

"Wewe ni nani kwanza?" mhariri aliuliza tena.

"Mimi ni Sugu, lakini usijali yangu.... Nilitaka tu kuwajulisha kwamba askari wawili wamechukua zile fedha tulizonyakua leo, na wamezificha. Msikubali kuambiwa eti sisi tumetoroka nazo. Kama huniamini, ulizeni mtoto."

"Mtoto gani?" mhariri aliuliza tena. Hakujibiwa, kwani mara hiyo hiyo simu ilikatika.

"Amini msiamini," mhariri alisema akiwaangalia Kachuma, Nguza, Sunguti na dereva wa trakta.

"Nini tena?" Sunguti aliuliza.

"Huyo ni yule haramia aliyetaka kumuua Kachuma. Amedhibitisha eti polisi wamechukua fedha hizo."

"Na yuko wapi?" Nguza aliuliza.

"Sijui. Amekata simu kabla sijamhoji."

Baada ya hayo, Yohana Nguza alipewa jukumu la kumhoji Kachuma, ambaye alimhadithia mambo yote yaliyokuwa yametendeka tangu asubuhi alipofukuzwa shuleni kwa sababu ya karo, hadi alipo­shuhudia wale askari wawili wakifanya njama ya kunyakua zile fedha za wizi.

"Lahaula!" Nguza alisema baada ya kusimuliwa kisa chote. "Hizi ni habari za mwaka!"

Baada ya kushauriana na mhariri mkuu, Nguza na Kachuma waliamua kwenda hospitali na kuwaona Spekta Mkuu Upande na Spekta Jimmi, ambao sasa walikuwa wanapata nafuu, ili Kachuma awapashe habari ya tukio hili jipya.

8

"Mtaenda Kuelezea Mbele!"

Baada ya kutoka pale msituni, makoplo Kombo na Siagi walienda moja kwa moja hadi vyumbani mwao katika mtaa wa nyumba za polisi wa Toredi, na kila mmoja akaubeba mkoba wake na kuuficha.

Ilikuwa kama saa tisa za mchana. Kwa wakati huu palikuwa hakuna mtu nyumbani kwa sababu wake zao walikuwa katika shughuli zao za mchana. Mkewe Kombo alikuwa mchuuzi sokoni, naye wa Siagi alikuwa ni mwalimu katika shule ya msingi ya Toredi. Watoto wao pia walikuwa shuleni. Hivyo, hakuna mtu aliyewaona wakileta mikoba hiyo, isipokuwa watoto wa jirani waliokuwa wakicheza.

Baada ya kila mmoja wao kuuficha mkoba wake chumbani mwake, walirudi kituo cha polisi na kurekodi mambo yote waliyoyatimiza, ingawa walidanganya kwamba jangili aliyenusurika alitoroka na fedha zote, na eti kijana Kachuma pia alikuwa amepotea msituni.

"Mwamaanisha jambazi mmoja ametoweka na pesa zote?" aliuliza Konstebo Sambuli waliyempigia ripoti.

"Ndio," alijibu Siagi. "Tulikuwa tukifyatuliana risasi na ndipo akapata nafasi ya kuponyoka."

"Na mlikuwa wapi wakati Spekta Mkuu Upande alipopelekwa hospitali?"

"Upande yuko hospitali!?" Siagi aliuliza kwa mshangao.

"Ndio. Yeye, Spekta Jimmi, askari mwingine na dereva wa gari la polisi walichukuliwa na msamaria mwema ambaye baadaye alitupigia simu.

"Labda ilikuwa ni wakati tulipokuwa twamsaka yule jangili," Kombo alisema.

"Basi Spekta Upande yuko hospitali. Wale wengine wameruhusiwa kwenda nyumbani baada ya matibabu. Upande ameumia lakini hayuko mahututi. Ni damu tu alikuwa amevuja kwa wingi."

Kombo na Siagi walishikwa na wasiwasi kusikia kuwa Spekta Upande alikuwa hai. Ingekuwa rahisi kama angekuwa amekufa wakati wa mapambano kwa sababu mipango yao ingefaulu. Lakini ili Koplo Sambuli asiwashuku, waliahidi wangeenda hospitali kumjulia hali mkubwa wao.

***

Wakati huo huo Siagi na Kombo walikuwa wakiongea na Koplo Sambuli katika kituo cha polisi, Kachuma na mwandishi Yohana Nguza waliwasili pale hospitalini na kufululiza moja kwa moja hadi wodi maalum ambamo Spekta Upande alikuwa amelazwa.

Baada ya kubisha, Nguza aliufungua mlango polepole na kuingia ndani huku akifuatwa nyuma na Kachuma.

Spekta Upande alikuwa amelala chali kitandani huku akisoma gazeti. Aliliweka kando ili aangalie ni nani waliokuwa wakiingia.

"Ala Bwana Ripota," aliuliza alipomwona Nguza. "Ni nini tena kimekurudisha? Umesahau swali fulani ama nini?"

Ndipo akamwona Kachuma aliyekuwa akimfuata Nguza. "Alaa!" alisema kwa mshangao, "Kachuma pia uko hapa?"

"Ndio afande... pole kwa yaliyokupata...." Kachuma alisema akiwa na furaha kumwona Upande akiwa bado hai. "Nilipokuona umelala pale chini msituni nilidhani walikuwa wamekuua!"

"Bahati yangu ni kwamba risasi yao ilikwama kwenye mafuta ya kitambi hiki changu!" alisema Spekta Upande na kuangua kicheko. Kachuma na Nguza nao pia walijikuta wakicheka. "Kweli unene pia una uzuri wake!"

Alicheka tena kwa kitambo, halafu akamuuliza Kachuma, "Je, mambo yaliendeleaje huko? Wale wezi wamepatikana?"

"Spekta, huyu kijana ana maneno!" Nguza alisema hata kabla Kachuma hajatamka lolote.

"Maneno gani?" Upande aliuliza.

Kachuma alimsimulia yote yaliyokuwa yametendeka, huku Nguza akiongeza jinsi yule jambazi alivyopiga simu kudhibitisha habari alizozitoa Kachuma kwamba Kombo na Siagi walikuwa wamemwachilia na kuziiba fedha wenyewe.

Spekta Upande alikuwa kimya kwa kitambo. "Una hakika na unayoyasema, Kachuma?" aliuliza hatimaye. "Ni kweli hawa askari wameiba hizo shilingi milioni kumi?"

"Kabisa, Spekta," Kachuma alijibu. "Niliwasikia na kuwaona wakimwachilia huyo mwizi na wakaondoka na hizo fedha."

Baada ya kitambo kingine, ambapo uso wake ulionyesha kubadilika kwa hasira, Spekta Upande alichukua simu yake spesheli na kuita kituo chake cha polisi.

"Je, walioenda kuwasaka wezi wa gari la benki wamerudi?" aliuliza baada ya kujijulisha kwa aliyekuwa kwenye meza ya kupigia ripoti.

"Ndio ovaa!" sauti ilisikika ikijibu.

"Walileta ripoti gani, ovaa?"

"Siagi na Kombo wamesema wezi wote wameuawa, isipokuwa mmoja aliyetoroka na fedha."

"Nao upande wetu kuna aliyeuawa?"

"La, afande, ingawa Koplo Silali Mapema na dereva wa gari letu pia walikuwa wamejeruhiwa. Lakini tayari wametoka hospitali."

"Nao Siagi na Kombo wako wapi?"

"Wako njiani wakija kukuona huko, ovaa."

"Haya Koplo. Ningetaka uwatume askari wengine watatu hapa haraka iwezekanavyo."

"Ndio afande."

"Basi fanya hivyo," Spekta Upande aliagiza na kuizima simu.

Akiwageukia wageni wake, Upande aliwaambia Kachuma na Nguza kwamba wale askari wawili walikuwa njiani. "Wakifika," aliongeza kwa sauti ya chini, "jifanyeni kama hamjui chochote."

Baada ya dakika chache, Siagi na Kombo waliingia pale hospitalini na kufululiza moja kwa moja hadi chumba cha Upande.

Walibisha na Upande akawakaribisha. Siagi ndiye aliyetangulia na kufuatwa nyuma na Kombo.

"Pole afand..." Siagi alianza kusema, halafu akanyamaza ghafla, huku akionyesha mshangao baada ya kumwona Kachuma akiwa kando ya Upande. "Ala, pia wewe upo hapa?" Aliuliza huku akimkodolea Kachuma macho. Kombo pia alionyesha kuduwaa alipomwona Kachuma ambaye walidhania walikuwa wamemwacha msituni.

"Kwani mlikuwa mwataka awe wapi?" Upande aliwauliza kwa dhihaka.

"Hapana afande...," alianza kusema Kombo huku kigugumizi kikimwingia. "Tu...tu...Tulimtafuta msituni lakini hatukumwona."

"Msijali. Alipewa lifti na msamaria mwema. Haya nipeni ripoti yenu. Wale wezi namna gani? Mmewapata?"

Kombo na Siagi waliangaliana kwa kitambo wakiwa na wasiwasi maana hawakujua ni yapi Kachuma alikuwa ameyashuhudia pale porini, na kama alikuwa amemwambia Spekta Upande.

"Afande," Kombo alisema hatimaye akijitia ujasiri, "Tuliwaua wote isipokuwa mmoja."

"Eh! Na mlimtia nguvuni?" Upande aliuliza.

"Ndio, lakini aliponyoka na kutoroka," Kombo alisema huku akimrushia jicho Kachuma.

"Kwani aliwashinda nguvu? Mbona hamkumfuata?"

"Aliingia msituni. Hatukuweza kumkamata."

"Na zile fedha je?"

"Alitoroka nazo afande..." Siagi alijibu kwa sauti ya wasiwasi.

"Yaani alitoroka na mikoba miwili mizito nanyi wawili hamkuweza kumpata? Hata mkiwa na bastola?" Upande aliwauliza. Sauti yake ilikuwa na ukali kiasi.

Kombo na Siagi waliangalia chini, jasho jembamba likianza kuonekana kwenye nyuso zao.

Dakika hiyo hiyo, askari wengine watatu ambao Upande alikuwa amewaagiza waliingia. Baada ya kuamkuana nao, Upande alimgeukia Kachuma.

"Kachuma," alisema, "hebu twambie uliyoyaona..."

Kwa wakati mwingine tena Kachuma alihadithia yote aliyokuwa ameyaona bila kuficha lolote.

"Mtoto huyu ni mwongo!" Meza Kombo alifoka baada ya Kachuma kueleza alivyowasikia wakiongea juu ya kuzichukua zile fedha wakishamwachilia jangili na kumuua yeye.

Bila neno lingine, Spekta Upande aliwaamuru wale askari wengine wawatie pingu Kombo na Siagi mara moja, huku Nguza akipiga picha.

"Tangu huyu kijana alipokuja asubuhi kuripoti huo wizi, kila alichotwambia kimekuwa cha ukweli. Itakuwaje sasa anadanganya? Ninyi mtaenda kueleza mbele. Watoe hapa mara moja," aliamuru Upande.

9

"Nataka Urudi Shule Leo"

Mamake Kachuma alikuwa amefika nyumbani kutoka shambani mapema siku hiyo, baada ya kujulishwa na mama jirani kuwa mwanaye alikuwa ameonekana akiwa na polisi baada ya uvamizi wa gari la benki na wezi.

Mama Shoti, aliyemletea habari hizi, alikuwa miongoni mwa umati uliokuwemo wakati Upande, Kachuma, na polisi wa kupambana na wizi walipofika mahali gari la benki lilikuwa limeviziwa na wale majangili.

Baada ya kupashwa habari hizo, mama Kachuma alifululiza moja kwa moja hadi kituo cha polisi cha Toredi ili kudadisi mambo yalivyokuwa.

"Mama usiwe na shaka" askari aliyekuwa pale kituoni alimwambia. "Kijana wako ni shujaa na atakuwa salama tu. Ameenda kuwaonyesha polisi mahali majangili walipotokomea. Rudi nyumbani umngojee tu. Atarudi salama salimini."

Mama Kachuma alikuwa arudi nyumbani kama alivyoshauriwa. Sasa alikuwa ameukalia mkeka chini ya mpera nje ya nyumba yake huku akiyachambua mahindi. Ilikuwa kama saa kumi na moja na wasiwasi ulikuwa umemzidi, akihofia majanga ambayo labda yalikuwa yamempata mwanaye.

Ghafla aliliona wingu la vumbi likitifuliwa na gari huko barabarani na kusimama ili aweze kuliona vizuri.

Lilipokaribia, gari lenyewe lilipunguza mwendo na kusimamishwa nje ya ua la boma, mbali kidogo na nyumba.

Mama Kachuma, akiwa bado ameduwaa, aliona watu wawili wakitoka kwenye gari. Mmoja wao alikuwa na kamera, ikionyesha dhahiri alikuwa mpiga picha.

Baada ya hawa jamaa wawili kutoka kwenye gari walifuatiwa na kijana mdogo aliyevalia yunifomu ya shule ya akina Kachuma, ingawa ilikuwa imerarukararuka na kujawa na vumbi.

Yule kijana alimwangalia mama Kachuma na kutabasamu. Tabasamu hiyo ilimfanya Mama Kachuma amtambue.

"Ah, maskini mwanangu!" Mama Kachuma alisema kwa sauti akimkimbilia Kachuma. Kachuma naye alimkimbilia mamake na wakakumbatiana kwa furaha.

"Na hawa ni akina nani?" aliuliza mama Kachuma alipomwona yule mpiga picha akipiga picha na kamera yake.

"Hawa ni waandishi wa habari," alisema Kachuma. Halafu alimsimulia mamake kisa chote, huku mwandishi Nguza na mwenzake Sunguti wakiendelea kupiga picha na kumhoji mamake juu ya mtoto wake ambaye sasa alikuwa shujaa ambaye habari zake zingesomwa kila pande la nchi.

"Kachuma anatwambia kuwa alikuwa amefukuzwa shuleni sababu ya ukosefu wa karo. Ni kweli?" Yohana Nguza alimuuliza mamake.

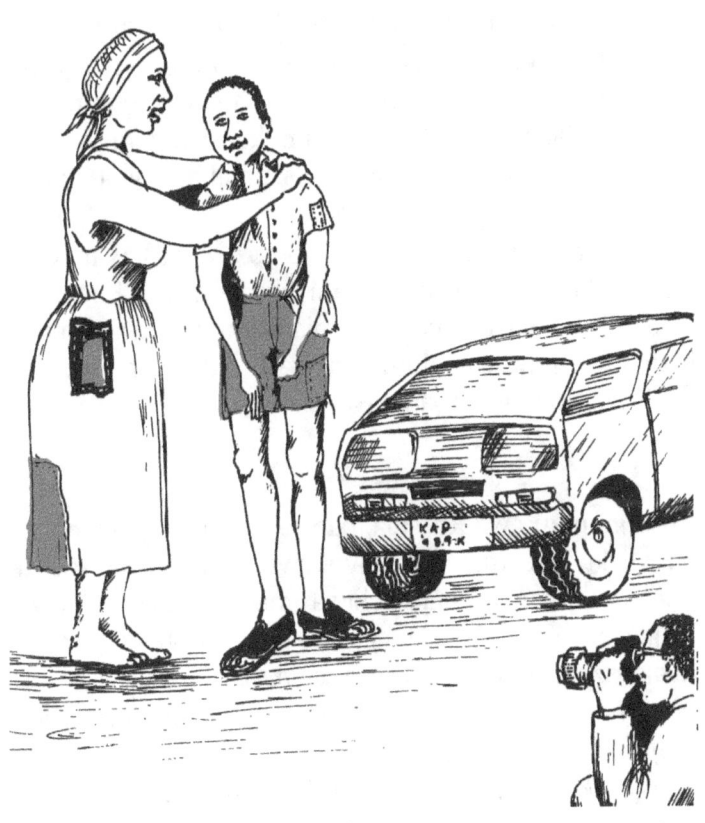

"Ndio, umekuwa mtindo kwa muda kwa sababu ya shida za kifedha tulizo nazo. Lakini Mungu hutusaidia na humrudisha shuleni tunapoweza. Licha ya hayo, hashikilii nyuma ya nambari tano katika mitihani."

"Hai! Yaani kama si kufukuziwa karo angedumisha nafasi ya kwanza?" aliuliza Nguza.

"Yaonekana hivyo," mamake alisema kwa majivuno.

Baada ya kumhoji zaidi, mwandishi na mpiga picha wake waliondoka na kurudi kazini. Kachuma na mama yake waliachwa wakianza kupokea wageni kutoka kijijini, pamoja na marafiki na majirani waliokuwa wameshapata sifa za Kachuma.

Ilikuwa furaha na nderemo kwa wanavijiji waliomiminika pale nyumbani kumpongeza Kachuma kwa ujasiri wake. Sifa zake pia zilikuwa zimesambaa hadi shuleni na wanafunzi wenzake pamoja na walimu walimiminika nyumbani kwao.

****

Mjini mkuu wa Robinia, babake Kachuma hakuwa na habari kuhusu mambo yaliyokuwa yakitendeka Toredi. Jioni hiyo alikuwa amefika akiwa amechoka zaidi. Alikuwa akijitayarishia chakula cha jioni wakati alipofungulia redio ili aisikize taarifa ya habari ya saa moja.

"Habari zinazotufikia hivi sasa zinasema kuwa ujasiri wa mvulana wa miaka 12 umewawezesha polisi kuwaua majangili ambao walikuwa wameiba shilingi milioni kumi asubuhi ya leo mjini Toredi.

Mvulana huyo shupavu anayeitwa Nicky Kachuma ni mwanafunzi wa darasa la saba katika shule ya msingi ya Toredi..."

Baba Kachuma aliposikia jina la mwanawe likitajwa alisongea karibu na redio, na kuusahau ugali uliokuwa ukiiva mekoni.

"Kijana Kachuma alikuwa akielekea nyumbani baada ya kufukuziwa karo wakati alipowaona wezi hao wakishambulia gari la benki na kuwazidi nguvu walinzi waliokuwa ndani yake na kutoroka na fedha.

"Kachuma alikimbia hadi kituo cha polisi na kuripoti yaliyotokea, na kuwasaidia polisi kuwapata hao wezi, na pia kuwatia mbaroni askari wawili waliojaribu kuziiba fedha hizo baada ya kumwachilia mwizi mmoja atoroke.

"Askari hao wawili ambao pesa zote zilipatikana zimefichwa nyumbani mwao watafikishwa mahakamani hivi karibuni...."

Baba Kachuma aliposhtukia ugali ulikuwa ukiungua. Aliruka na kuizima stovu, na kuketi kitako akijaribu kuwaza na kuwazua habari hizo alizozisikia. Yawezekana huyo kijana ni Kachuma yule yule wake, ama ni Kachuma mwingine?

Hata njaa aliyokuwa nayo ilikuwa imeshamtoka. Baada ya kufikiria sana, aliamua kwamba keshoye angeomba ruhusa aende nyumbani kuyashughulikia mambo hayo na kupeleka pesa alizokuwa nazo ili amlipie mwanawe karo.

Baada ya muda mfupi, mara tu alipokuwa amejipakulia ugali na kitoweo, aliusikia mlango ukibishwa.

"Karibu..." alijibu, na kuufungua mlango. Alikuwa ni jirani yake, Baba Shoti.

"Hee, Baba Shoti...umesikia taarifa ya habari?" Baba Kachuma alimuuliza huku akimwonyesha kiti.

"Ndio sababu nimekuja... Kumbe pia wewe umesikia?"

"Eeeh bwana, lakini sijui kama ni Kachuma mwanangu, ama ni Kachuma mwingine."

"Haikosi ni yule yule Kachuma wetu mmoja. Kwani asubuhi nilipokuwa nikitoka Toredi nilimwona akichungulia madukani. Nilipomuuliza kwa nini hakuwa shuleni aliniambia alikuwa amefukuzwa shule kwa sababu ya karo."

"Lahaula, maajabu hayaishi kutendeka," Baba Kachuma alisema huku akipumua kwa nguvu.

"Wewe yaonekana umezaa jogoo," Baba Shoti aliongeza.

Usiku huo baba Kachuma hakuweza kula. Aligaagaa kitandani akiwaza na kuwazua jinsi mwanawe alivyokuwa amewasaidia polisi kupambana na majambazi.

***

Asubuhi iliyofuatia Kachuma aliamua kwenda na mamake shambani ili amsaidie kulima. Hangeenda shuleni kwa sababu karo yake ilikuwa bado kulipwa.

Walipotoka nje tu baada ya kifunguakinywa ili waelekee shambani waliiona baiskeli ikiwa inatifua vumbi ikielekea nyumbani mwao. Haikosi ilikuwa ni mwendeshaji *bodaboda* kwa sababu palikuwa na abiria nyuma yake.

Baiskeli ilipokaribia, Kachuma aliweza kumtambua rafikiye Barasa, aliyekuwa amebeba mteja ambaye pia Kachuma alimtambua. Alikuwa ni mwalimu mkuu wa shule yao, Benito Kijogoo.

Barasa na mwalimu Kijogoo walipofika walipokuwa Kachuma na mamake, walisimama na kushuka kutoka kwenye baiskeli.

"Shikamoo mwalimu," Kachuma alimsalimia mwalimu kwa heshima.

"Marahaba kijana," mwalimu mkuu alijibu. "Mama Kachuma hujambo?"

"Sijambo, karibuni ndani," mama Kachuma alijibu na kuwaalika.

"Ahsante," mwalimu mkuu alijibu, "lakini hatutaingia. Nimekuja kumpongeza Kachuma kwa ujasiri wake wa hapo jana. Pongezi kijana. Habari zako zimeenea kila mahali nchini na labda hata dunia nzima..."

"Yawezekana?" Mama aliuliza.

"Hebu oneni hii..." mwalimu Kijogoo alisema na kutoa gazeti lililokuwa mfukoni mwa koti lake. Kwenye ukurasa wa mbele palikuwa na picha ya Kachuma na Spekta Mkuu Upande akiwa hospitalini, chini ya kichwa cha maneno yaliyosema:

"MTOTO WA SHULE YA MSINGI ASAIDIA POLISI

KUNASA MAJANGILI"

Kachuma alitabasamu na kumpa mamake gazeti baada ya kuisoma hadithi. Mwalimu mkuu akasema, "Kachuma, nataka urudi shule leo. Usijali mambo ya karo, nitaongea na afisa wa elimu wilayani uruhusiwe kuweko shuleni."

"Ahsante mwalimu," Kachuma alisema akitabasamu.

10

Machozi ya Furaha

Baada ya mwalimu mkuu kuondoka, mama Kachuma alimwambia mwanawe arudi ndani ya nyumba ajitayarishe kurudi shuleni. Naye aliendelea na shughuli za kwenda shambani akiwa na furaha tele huku akijivunia ujasiri wa mwanawe.

Alipofika shuleni mwendo wa saa nne hivi, Kachuma alijisikia kuwa bingwa wakati alipopewa makaribisho murua na walimu na wanafunzi wenzake.

Mwalimu Mkuu Kijogoo aliitisha gwaride saa nne unusu, wakati wanafunzi kawaida hurudi darasani baada ya mapumziko ya saa nne. Ingawa halikuwa jambo la kawaida gwaride kufanywa wakati kama huu, kila mwanafunzi alibashiri sababu yake na wakajipanga foleni wakiwa na hamu ya kujua mwalimu mkuu alikuwa akiwatakia nini.

"Kimya! Kimya kila mmoja!" mwalimu mkuu aliwaamuru wanafunzi waliokuwa wakizungumza kwa sauti ya juu.

Waliponyamaza, mwalimu mkuu alianza kuwahutubia.

"Wanafunzi wapendwa hamjambo?"

"Hatujambo mwalimu," wanafunzi wote waliitikia kwa pamoja.

"Nimewaita leo hii ili kuzungumzia jambo muhimu sana katika maisha yenu hapa shuleni na pia baada ya kumaliza masomo yenu. Jambo lenyewe ni ujasiri. Ujasiri unaweza kukupeleka mbali sana. Ukiwa jasiri utaheshimiwa popote uendapo. Na sio wewe pekee ambaye utapata sifa, bali sifa zako zitaenea kwa jamii yako, shule yako na hata kijiji chako." Hapa mwalimu mkuu alipumua kidogo huku akiyasambaza macho kwa lile gwaride la wanafunzi. Halafu aliendelea, "Leo nchi nzima inazungumzia juu ya kijana mmoja shujaa ambaye hapo jana baada ya kushuhudia wizi wa mabavu alikimbia na kuwajulisha polisi. Kijana huyo ambaye sifa zake zinazidi kuenea hata ninapoongea wakati huu, aliambatana na polisi hadi kuwapata wezi hao. Hakuachia hapo bali alihatarisha maisha yake ili kuwafichua polisi haramia ambao walikuwa wakipanga kuziiba fedha hizo baada ya kuwapokonya wale majangili. Kijana mwenyewe, ambaye mfano wake unafaa kuigwa na wote, sio mwingine ila ni Nicky Kachuma, wa darasa la saba!"

Kachuma alijawa na mchanganyiko wa furaha na haya wakati jina lake lilipotajwa, huku walimu na wanafunzi wenzake wakimpigia makofi.

"Kachuma," ghafla alimsikia mwalimu mkuu akimwita. "Hebu njoo hapa jukwaani...." Kachuma alitii, ingawa aliihisi miguu yake ikiwa minyonge alipoanza kutembea.

Vifijo na makofi kutoka kwa walimu na wanafunzi yalizidi wakati Kachuma alipopanda jukwaani. Vifijo vilipopungua, mwalimu mkuu aliendelea.

"Huyu kijana sasa jina lake lajulikana kote nchini. Na kwa sababu yake, jina la hii shule yenu pia limesikika, na pia la kijiji na jamaa yake. Je, kama baada ya kushuhudia wizi huo angenyamaza, ama kutoroka, ingekuwaje? Kwanza labda hizi fedha hazingepatikana. Pili, Kachuma angekuwa ni yule yule tu, aliyefukuzwa shule jana kwa sababu ya kukosa karo."

Makofi zaidi yalipigwa na wanafunzi.

"Lakini leo hii," aliendelea mwalimu mkuu, "Leo hii, kutokana na ujasiri wake, huyu si Kachuma yule wa jana. Kwa sababu ya huo ujasiri wake, Kachuma amejichumia mazuri. Nimepata simu nyingi za watu mbalimbali wakiipongeza shule hii kwa sababu ya kijana huyu. Afisa mkuu wa elimu pia amepiga simu kumpongeza Kachuma na amesema afisi yake italipa karo yake iliyosalia mwaka huu."

Vifijo na nderemo zilipaa tena.

"Sisi walimu wa shule hii pia tumeufurahia ujasiri wake na tumechanga ili kumpa zawadi kidogo," aliongeza mwalimu mkuu huku akiuweka mkono kwenye mfuko wa koti na kutoa bahasha nyeupe. "Chukua zawadi hii," alimwambia Kachuma. "Shilingi elfu tano, pesa taslimu. Pesa hizo wape wazazi wako ili wakuwekee ama wakununulie utakacho."

Makofi yalifyatuka tena Kachuma alipochukua zawadi yake, halafu mwalimu mkuu akanyoosha mkono ili kuwaomba wanafunzi watulie na kuendelea. "Jambo la mwisho na la kuvutia kabisa ni kwamba katibu mkuu wa chama cha kuwatambua mashujaa nchini, Bwana

Samson Gatenke, amepiga simu pia kutoa pongezi za chama hicho, na kuongeza kwamba watakuja hapa kesho kutoa zawadi yao maalum."

Makofi yalizidi tena, halafu wanafunzi wakakubaliwa wafumukane.

Baada ya gwaride, wanafunzi walimzingira Kachuma ili kumpa heko.

Walipokuwa wakirudi darasani, Kachuma alimwona rafiki yake Barasa akiendesha baiskeli yake kasi kuelekea hapo shuleni, huku akiwa amembeba abiria.

Alipoangalia vizuri alimtambua abiria yule. Hakuwa mwingine ila babake!

Baba Kachuma aliposhuka baiskeli alitembea haraka haraka kumwelekea mwanawe, naye Kachuma akamkimbilia babake na kumkumbatia kwa furaha.

"Pongezi mwanangu. Habari zako zimejaa redioni na magazetini!" baba alimwambia Kachuma huku akitoa gazeti mfukoni na kumwonyesha. Ukurasa wa mbele ulikuwa umejaa picha za tokeo la jana, zikiwemo pia picha za Kachuma na wale askari walioliachilia jangili na kuchukua pesa zilizoibwa.

Kachuma aliziangalia zile picha huku wenzake wakimzingira na kumpongeza zaidi. "Haya hebu rudini darasani sasa..." mwalimu aliwaambia baada ya kumsalimia baba Kachuma. Wanafunzi waliondoka na kumwacha Kachuma na babake.

"Baba, shika hizi pesa uniwekee. Ni zawadi nimepewa na walimu," Kachuma alimwambia babake.

Dakika hiyo hiyo mwalimu mkuu alitokea ofisini mwake. Alipomwona baba Kachuma amekuja kumsalimia na kumpongeza zaidi.

Wakiwa bado wanaongea, huku Kachuma akijiandaa kurudi darasani, waliliona gari lililoandikwa *Radio/TV Robinia* ubavuni mwake likiingia uwanjani mwa shule na kusimama.

Watu wawili walishuka, mmoja wao akiwa ameshika kitabu na kalamu, ilhali mwingine amebeba kamera ya kanda ya video.

"Hamjambo," yule aliyekuwa amebeba kitabu alisema alipofika walipokuwa. "Sisi tumetoka studio za televisheni ya Taifa. Twamtafuta kijana Nicky Kachuma tumhoji."

Mwalimu mkuu na babake Kachuma walitabasamu na mwalimu akasema, "Kachuma ndiye huyu, na huyu ndiye babake... mimi ni mwalimu mkuu Kijogoo."

"Oooh, lazima tuna bahati leo!" mwandishi alisema, huku mwenye kamera akianza kumrekodi Kachuma.

Halafu walimhoji mwalimu mkuu, mzazi wa Kachuma na Kachuma mwenyewe, na kumwambia kuwa jioni hiyo angeonekana katika runinga ya taifa.

Jioni hiyo mwalimu mkuu aliwaalika Kachuma na wazazi wake nyumbani ili wayashuhudie mahojiano haya katika runinga. Kachuma alikuwa amefikia kilele cha furaha kwa kazi yake, na kila mtu alionekana kujivunia.

****

Asubuhi iliyofuatia, kama saa nne hivi, liliitishwa gwaride lingine maalum pale shuleni ya kumtuza Kachuma kwa ujasiri wake. Pale jukwaani alikuwa Kachuma pamoja na wazazi wake ambao walikuwa wamevalia nadhifu kwelikweli. Walikuwepo pia mkuu wa elimu wilayani, mwakilishi wa mkuu wa polisi aliyeleta ujumbe wa Spekta Mkuu Upande, pamoja na diwani na mjumbe wa eneo hilo.

Baada ya wageni mashuhuri kuzungumza, mwakilishi wa Chama cha Watu Shujaa Nchini, Bw. Gatenke, alisimama na kutoa hotuba yake iliyoelezea furaha ya chama hicho kutokana na ushujaa wake Kachuma.

Ilikuwa ni hotuba ndefu na ya kupendeza, hotuba ambayo ilimsifu Kachuma na kuwafanya wazazi na walimu wake pamoja na wanafunzi wenzake wajivunie.

"Chama chetu kimeamua kumlipia Kachuma karo yake yote ya shule ya msingi na pia sekondari," Bw. Gatenke alisema katika kumalizia. "Hii ina maana kwamba tutamnunulia vitabu na yunifomu za shule. Kazi yake Kachuma itakuwa tu ni kusoma na kuhitimu."

Vifijo na nderemo zisizokuwa na kifani zilifanywa na wanafunzi pamoja na wote waliokuwa wamekuja kushuhudia sherehe hii.

Kwa mbali Kachuma alihisi machozi ya furaha yakimlengalenga machoni na moyo wake ukimwenda mbio kwa furaha.

Alipowaangalia wazazi wake walipokuwa wameketi pamoja na wageni maalum aliwaona pia wakiyapangusa macho yao. Alijua furaha yao pia ilikuwa imewapita.

www.ingramcontent.com/pod-product-compliance
Lightning Source LLC
LaVergne TN
LVHW020419070526
838199LV00055B/3667